காட்டுப் பள்ளி

காட்டுப் பள்ளி

அராத்து

கமர்கட்
பிரசுரம்

Title: Kaattu Palli
Author's Name: Araathu

Published by Kamarkat Prachuram

Kamarkat Prachuram
(An imprint of Zero Degree Publishing)
No. 55(7), R Block, 6th Avenue,
Anna Nagar,
Chennai - 600 040

Website: www.zerodegreepublishing.com
E Mail id: zerodegreepublishing@gmail.com
Phone : 89250 61999

Kamarkat Prachuram First Edition: December 2023
ISBN: 978-93-90053-96-4
TITLE No. Kamarkat: 21

Cover Design: Karthikeyan Maddy
Layout: Vidhya Velayudham

இமயா ஸ்ரீ அதிஷ்ட்ராவுக்கு...

முன்னுரை

கூட்டுக்குடும்ப வாழ்க்கை முறை ஒழிந்ததில் அதிகம் பாதிக்கப்பட்டவர்கள் குழந்தைகள்தான். தாத்தா பாட்டியின் அரவணைப்பும் போனது, குழந்தைகள் தாத்தா பாட்டியிடம் கதை கேட்கும் இன்பத்தையும் இழந்தனர். இயற்கையிலேயே குழந்தைகளுக்குக் கதை கேட்க மிகவும் பிடிக்கும். இந்தக் கதை கேட்டல் ஆர்வம்தான் எதிர்காலத்தில் சிறுவர் கதைப் புத்தகங்களை வாசிக்கும் பழக்கத்தில் கொண்டுபோய் விடும். இந்தப் பழக்கம் வளர்ந்து எதிர்காலத்தில் இலக்கியம், தத்துவம், அரசியல், வரலாறு என வாசிப்புப் பழக்கம் விரிவடைவதற்கு வழி வகுக்கும்.

பெரும்பாலும் தாய் தந்தை இருவரும் தற்போது வேலைக்குச் செல்வதால், இந்த அவசர உலகத்தில் அவர்களுக்கு நேரம் இல்லாத காரணத்தால் குழந்தைகளுக்குக் கதை சொல்ல முடியாமல் போகிறது. தாத்தா பாட்டியும் இல்லாததால், குழந்தைகளைச் சிறு வயது முதலே டி.வி. ஆக்கிரமித்து விடுகிறது, அல்லது லேப்டாப். அதில் ஒளிபரப்பாகும் நிகழ்ச்சிகளிலேயே பழியாகக் கிடக்கிறார்கள். சிறுவர் நிகழ்ச்சிகளைப் பார்ப்பதோடு மட்டுமல்லாமல், பெரியவர்கள் பார்க்கும் திரைப்படங்கள், சீரியல்கள் என அனைத்தையும் நம்மோடு அமர்ந்து பார்க்கிறார்கள். இவையெல்லாம் குழந்தைகள் பார்க்கக்கூடிய

நிகழ்ச்சிகளே அல்ல. இதனால் அவர்களுக்கு மனதளவில் மிகப்பெரிய பாதிப்பு ஏற்படும்.

பாதிப்பு மட்டுமல்லாமல் தொடர்ந்து டி.வி. பார்ப்பதால், குழந்தைகளின் கிரியேட்டிவிட்டி அடியோடு பாதிக்கப்படும். வாசிப்புப் பழக்கம் மட்டுமே சிறு வயதில் குழந்தையின் கிரியேட்டிவிட்டியை ஊக்கப்படுத்தும், வளர்க்க உதவும்.

கதை கேட்டல் மற்றும் கதை படித்தல் இரண்டும் சொந்த சிந்தனைக்கும் கிரியேட்டிவிட்டிக்கும் பயங்கரமாகத் தீனி போடும் விஷயங்கள். ஒரு குழந்தை, புத்தகத்தைப் படித்து அதில் இருப்பதை சொந்தமாகக் கற்பனை செய்து பார்க்க வேண்டும்.

இந்தப் பிரச்சினை நம் நாட்டில்தான் அதிகமாக இருக்கிறது. வளர்ந்த மேலை நாடுகளில், குழந்தைகளை வைத்துக்கொண்டு பெரியவர்கள் டி.வி. பார்ப்பது இல்லை. குழந்தைகள், குழந்தைகள் நிகழ்ச்சிகளை மட்டுமே அங்கே பார்க்கின்றனர். சிறு வயது முதலே வாசிப்புப் பழக்கத்தை ஊக்கப்படுத்துகின்றனர். இங்கே பெரியவர்களிடையே வாசிப்புப் பழக்கம் குறைந்ததன் தாக்கம் குழந்தைகளிடத்தும் எதிரொலிக்கிறது.

ஒரு வெள்ளைக்காரர் நம்மூரில் பயணம் செய்து கொண்டிருக்கையில் பாருங்கள், ஒவ்வொருவரிடமும் கையில் ஒரு புத்தகமாவது இருக்கும். அவர்கள் எங்கும் எப்போதும் எதையாவது வாசித்துக்கொண்டேயிருக்கின்றனர். பீச்சில் படுத்துக்கொண்டு சன் பாத் எடுக்கும்போது கூட ஒரு புத்தகத்தை வாசித்துக்கொண்டு இருக்கின்றனர்.

விரைவில் நம் நாட்டிலும் இந்த மாற்றம் வரவேண்டும். நிறைய குழந்தை இலக்கியங்கள் தமிழில் வெளிவந்து இருக்கின்றன. அவை பெரும்பாலும் இலக்கண சுத்தத்தோடு தூய தமிழில், எழுத்து மொழியில் எழுதப்பட்டு இருக்கும்.

குழந்தைகளை வாசிப்புப் பழக்கத்தின்பால் ஈர்க்கும் பொருட்டு, நாம் அன்றாடம் பேசும் மொழியிலும் குழந்தைகளின் கொச்சை

மொழியிலும் இந்த நாவலை எழுதினேன். ஒரு தாத்தாவோ அல்லது பாட்டியோ தங்கள் பேரன் பேத்திகளுக்குக் கதை சொல்கையில் எந்த மொழியில், எந்தப் பாணியில் சொல்வார்களோ, அதே முறையில் எழுதி இருக்கிறேன்.

இதைப் படிக்கும் குழந்தைகள் தங்கள் தாத்தா பாட்டியே வந்து கதை சொல்வதுபோல எண்ணிக்கொள்வார்கள்.

இந்த நாவல் குழந்தைகள் மட்டும் படிக்க அல்ல. பெரியவர்களும் படித்துக் கொஞ்சம் குழந்தைகளின் உலகத்தைப் புரிந்து கொள்ளலாம். தாங்கள் படித்ததை அப்படியே குழந்தைக்குச் சொல்லலாம் அல்லது சத்தம் போட்டு குழந்தைக்கு எதிரிலேயே படித்துக் காட்டலாம்.

வாருங்கள், குழந்தைகளின் மாயாஜால உலகத்திற்குள் நுழையலாம்.

அராத்து

1

காட்டுக்கு நடுவுல ஒரு பெரிய ஸ்கூல் இருந்திச்சி. பாடம் நடந்துகிட்டு இருக்கும்போதே நிறைய யானை, புலி, சிங்கம், மான், மலைப்பாம்பு எல்லாம் வந்து வேடிக்கை பாக்கும். குட்டிப் பசங்க பாடம் படிச்சிக்கிட்டே அப்பப்ப சுத்தி நிக்கிற மிருகங்களை வேடிக்கை பாக்கத் திரும்பினா சிங்கம் கர்ஜிக்கும். ஒடனே பசங்க திரும்ப பாடத்தையே கவனிப்பாங்க. போர்டு ஃபுல்லா டீச்சர் எழுதி முடிச்சதும், யானை உள்ள வந்து தண்ணியை எடுத்து போர்டுல பீச்சி அடிச்சி தும்பிக்கையாலயே சுத்தம் பண்ணும். எந்த மிருகமும் பசங்களைக் கடிக்கவே கடிக்காது. கிளி மட்டும் வெளாட்டா அப்பப்ப கொத்தும்.

வெள்ளிக்கிழமை செமையா மழை பெஞ்சிது. ஸ்கூலைச் சுத்தியும் தண்ணி. ஸ்கூல் காட்டுக்குள்ளயே பெரிய மேடான மலை மேல் இருந்ததால ஸ்கூலுக்கு உள்ள தண்ணி வரலை.

அந்தத் தண்ணியில் பஸ் போக முடியாது. பஸ் முழுகிடும். ஸ்கூல் முடிஞ்சி ரொம்ப நேரம் ஆகியும் மழையும் நிக்கலை, தண்ணியும் குறையலை.

எல்லா டீச்சரும் எப்புடிக் குழந்தைகளை வீட்டுக்கு அனுப்புறதுன்னு கொழம்பினாங்க. ஹெட் மாஸ்டர் வந்து ஒரு ஐடியா சொன்னார். ஆழியைக் கூப்பிடுங்க. அவன் பறக்கும் ரயில் வச்சிருக்கான். அதுல எல்லாரையும் கூட்டிட்டு போயிடுவான்னு சொன்னாரு.

ஆழிக்கு போன் போட்டாங்க. பசங்க எல்லாம் செம ஜாலி ஆயிட்டாங்க. மிருகங்களும் ஆழி வரப்போறான்னு ஆட்டம் போட்டிச்சிங்க. ஆழி பறக்கும் ரயிலை ஓட்டிட்டு வந்து எஞ்சினை மேலேயே நிப்பாட்டி மத்த பொட்டி எல்லாத்தையும் ஒண்ணு கீழ ஒண்ணா தொங்க விட்டான். ரயில் ஏணி மாதிரி நின்னிச்சி. பசங்கள்ளாம் ஜாலியா குதிச்சிக்கிட்டே ஆழி, வா, வான்னு க்ளாப்ஸ் பண்ணாங்க.

ஆழி, எல்லா பசங்களும் வந்து ஏறிக்குங்க, நான் உங்க வீட்ல கொண்டு போய் விடறேன்னு சொன்னான். ஸ்கூல் லீடர் முன்னால வந்து சொன்னான். வீட்ல அப்பா லேப்டாப்பை நோண்டிட்டு இருப்பாரு. அம்மா சீரியல் பாப்பா. அங்க எங்களுக்கு போர் அடிக்கும் ஆழி. இங்க கொரங்குங்க எங்களுக்கு பழம் பறிச்சித் தறேன்னு சொல்லி இருக்குங்க. மான் முயல் எல்லாம் விளையாட வறோம்னு சொல்லி இருக்குங்க. மலைப்பாம்பு மேல நைட்டு படுத்துத் தூங்கலாம் மெத்து மெத்துன்னு.

அதனால் டீச்சருங்களையெல்லாம் கொண்டு போய் அவங்க வீட்ல விட்டுட்டு, நீயும் வந்துடு, சனி ஞாயிறு லீவு. ரெண்டு நாளு ஜாலியா இருக்கலாம் என்றான். பசங்க எல்லாம், ஆமா ஆழி ஆமா ஆழின்னு கத்த ஆரம்பிச்சிதுங்க.

டீச்சர்களையெல்லாம் பறக்கும் ரயிலில் ஏறச் சொன்னான் ஆழி.

2

சாப்பாட்டுக் கூடை, குடை மற்றும் மூட்டை முடிச்சிக்களோடு டீச்சருங்க ரெடியானாங்க. ப்ரின்சிபால் தொண்டையைக் கனைச்சிகிட்டு டையை சரி செஞ்சிகிட்டாரு. டியர் சில்ட்ரன்ஸ், நாங்கள்ளாம் வீட்டுக்குப் போறோம். திங்கட்கிழமைதான் வருவோம். மூணு ராத்திரி நீங்க எல்லாம் தனியா இருக்கணும். ஜாக்கிரதையா இருக்கணும். இதுவரை நாம யாரும் இந்தக் காட்டுக்குள்ள சனி ஞாயிறு இருந்ததில்லை, அதனால என்ன நடந்திருக்கும்? எந்த மாதிரியான புதுப்புது மிருகங்கள்ளாம் வரும்? எதுவும் நமக்குத் தெரியாது. உங்களைத் தனியா விட்டுட்டுப் போக எனக்கு விருப்பமே இல்லை. ஆழி இருக்குறதால விட்டுட்டுப் போறேன். எல்லாரும் ஆழி பேச்சைக் கேட்டு நடந்துக்கோங்கன்னு சொன்னார்.

பசங்க எல்லாம் ஓகே சார் ஓகே சார் ஓகே சார் என மூணு வாட்டி கத்தி சொல்லி கைதட்னாங்க. ஸ்கூல் லீடர் ஆற்றல் முன்னால வந்து, சார் கவலையே படாதீங்க, நாங்க பத்திரமா இருக்கோம். ஆழி சொல்றதை எப்ப சார் நாங்க கேக்காம இருந்திருக்கோம்னு சொன்னான்.

ஓகே சில்ரன்ஸ், பை பை ன்னு சொல்லிக்கிட்டே ஒவ்வொரு டீச்சரா தொங்கிக்கிட்டு இருக்கிற ரயிலில் ஏற ஆரம்பிச்சாங்க. சீட்ல ஒக்காந்தா, ரயில் தொங்கிட்டு இருக்கறதால ஒக்காந்து இருப்பதே எல்லாரும் படுத்துட்டு இருப்பது மாதிரி இருந்துச்சி.

கீழே இருந்து சர்ருன்னு பறந்து தாவி ஏறி டிரைவர் சீட்டில் ஒக்காந்த ஆழி, எல்லா டீச்சரும் சீட் பெல்ட் போட்டுக்கோங்கன்னு கத்தினான்.

ஏன் ஆழி, ரயிலுக்குப் போய் சீட் பெல்டுன்னு கேட்டாரு, மாரல் இன்ஸ்ட்ரக்ஷன் டீச்சர்.

காரோ, பஸ்ஸோ, ரயிலோ சீட் பெல்ட் இருந்தா போட்டுக்கணும் எம் ஐ சார். நம்ம சேஃப்டிக்குத்தான். அதைப் போடறதுல என்னா கொறைஞ்சிடப்போறீங்க? தொப்பை இடிக்கிதுன்னா சொல்லுங்க, பெரிய பெல்ட் தரேன்னு சத்தமா சொன்னான் ஆழி. பசங்க இதைக் கேட்டு, குதிச்சி குதிச்சி சிரிச்சாங்க.

ரயில்ல ஏன் சீட் பெல்டுன்னு நான் ரயிலை ஓட்டும்போது தெரிஞ்சிப்பீங்கன்னு சொன்னான் ஆழி.

ரயில் இஞ்சின் ஸ்டார்ட் ஆச்சி. தொங்கிட்டு இருந்த ரயிலோட வால் பக்கம் கொஞ்சம் கொஞ்சமா மேல ஏறிச்சி...

ஐயய்யோ ஐயய்யோ, பசங்களுக்கு ஹோம் வொர்க்கே குடுக்க மறந்துட்டேன்னு கத்திக்கிட்டே இங்கிலீஷ் டீச்சர் சீட் பெல்டை கழட்டிட்டு, டிரெயின்ல இருந்து பொத்துன்னு கீழ குதிச்சிட்டாங்க. டிரெயின் நேரா ஆயி மேல பறந்து போக ஆரம்பிச்சிது.

திடீர்னு அங்க பிளிறிட்டு வந்த அபேயா-ன்ற யானை இங்கிலீஷ் டீச்சரை தும்பிக்கையால தூக்கி விஷ்ஷ்க் ன்னு

மேல கரக்டா தூக்கிப் போட்டிச்சி, டீச்சர் மிரண்டு போய் பறந்துகிட்டே கத்தினாங்க. ரெண்டு மயில் பறந்துகிட்டே வந்து அவங்க ரெண்டு கையையும் ரெண்டு பக்கமா பிடிச்சித் தூக்கிக் கொண்டாந்து ரயில்ல ஒக்கார வச்சி பெல்ட் போட்டு கட்டிச்சிங்க.

ஆழி ரயில்ல இருந்து தலைகீழ தொங்கிக்கிட்டே பை பை ஃபிரண்ட்ஸ், சீக்கிரம் வந்துடறேன்னான்.

பசங்க எல்லாம் பை ஆழின்னு கத்தினாங்க.

ரயிலைப் பாம்பு மாதிரி வளைச்சி வளைச்சி ஸ்பீடா ஓட்ட ஆரம்பிச்சான் ஆழி.

3

பள்ளிக்கூடத்தைச் சுத்தித் தேங்கியிருந்த தண்ணி லேசா குறைய ஆரம்பிச்சிது. பசங்கள்ளாம் கொஞ்ச நேரம் வெளையாடலாம்னு திட்டம் போட்டாங்க. ஸ்போர்ட்ஸ் ரூமுக்குள்ள போயி கிரிக்கெட், ஃபுட்பால், டென்னகாய்ட், ஸ்கேட்டிங்க் ஷூ எல்லாத்தையும் வாரிக்கிட்டு வந்து மைதானத்தில் போட்டாங்க.

யானை ஃபுட்பால் ஆட என்னையும் சேத்துக்கோங்கன்னு கத்தி கேட்டு சேந்துகிச்சி. மான் கிரிக்கெட்ல எங்களை சேத்துக்கோங்க, பை ரன்னரா ஓடறோம்னு சொல்லி சேந்துகிச்சிங்க. முயலுங்க ஸ்கேட்டிங்க் ஷூவுல ஏறி ஒக்காந்துகிட்டு ரகளை பண்ணிச்சீங்க.

குரங்குங்க டென்னிகாய்ட்ல சேந்து பசங்களோட விளையாட ஆரம்பிச்சிதுங்க. ரிங்க் பாலை எங்க தூக்கிப் போட்டாலும் பாய்ஞ்சி பாய்ஞ்சி பிடிச்சி கலக்கிச்சிங்க குரங்குங்க. ஃபுட்பாலை

யானை ஒரு உதை விட்டதுல அது கண்ணுக்கெட்டாத தூரத்துல போய் விழுந்துபோச்சி. சுத்திலும் தண்ணி வேற தேங்கி நின்னுட்டு இருந்ததால் யாராலயும் போய் பந்தை எடுத்து வர முடியலை. விளையாட்டை வேடிக்கை பார்த்துட்டு இருந்த மயில்கிட்ட போய் பந்தை எடுத்துட்டு வர முடியுமான்னு பசங்க உதவி கேட்டாங்க. எடுத்துட்டு வரேன், ஆனா என்னையும் ஆட்டத்துல சேத்துக்குவீங்களான்னு மயில் திரும்ப கேட்டிச்சி.

ஃபுட்பால் ரொம்ப கஷ்டமான விளையாட்டு. இதுல நீ எப்பிடி ஆட முடியும்? நீ என்னா செய்வன்னு பசங்க கேட்டாங்க.

நான் கோல் கீப்பரா இருக்கேன். தோகையை விரிச்சிக்கிட்டு நின்னேன்னா ஒரு பயலால கோல் போட முடியாதுன்னு மயில் சொல்லிச்சி.

பசங்க சிரிச்சிக்கிட்டே கைதட்டி மையில் ராக்ஸ் ன்னு கத்தினாங்க. மயில் பறந்து போயி மிதந்துகிட்டு இருந்த ஃபுட்பாலை எடுத்து வந்து குடுத்து, அதுவும் ஆட்டத்துல கலந்துகிச்சி.

உடம்பு முடியாத மூணு குரங்கை கிரிக்கெட் ஸ்டம்புக்கு பதிலா ஒரு சின்ன பாறை மேல வாலைத் தொங்க போட்டுக்கிட்டு ஒக்கார வச்சிருந்தாங்க பசங்க. மொத ஆடின டீம் அடிக்கடி போல்ட் ஆகவும், போங்கடா, வாலு ரொம்ப வலிக்கிதுன்னு கொரங்குங்க திட்டிக்கிட்டே எழுந்து ஓடிடிச்சிங்க. அடுத்து ஆடின டீம் செமையா ரன் எடுத்தாங்க. மானுங்க வேற ஸ்பீடா ஓடி ரன் எடுத்துட்டே இருந்துதுங்க. ஸ்டம்புக்காக ஒக்காந்த குரங்குங்க எழுந்து போயிட்டதால் இந்த டீம் ஆடறப்போ ஸ்டம்புக்காக வாலைத் தொங்க போட்டு ஒக்காந்தது முயல்கள். இது அழுகுணி ஆட்டம்னு மொத டீம் கதறிக்கிட்டே இருந்துச்சி.

இப்பிடி பசங்க ஜாலியா விளையாடிட்டு இருக்கறப்போ, மேல குட்டியா ஒரு ஹெலிகாப்டர் தெரிஞ்சிச்சி.

4

ஸ்கூல் லீடர் ஆற்றல்தான் அந்த ஹெலிகாப்டரை மொதல்ல பார்த்தான். ஸ்கூல் கேப்டன் இமயாவைக் கூப்பிட்டு காட்னான்.

என்னடா ஆற்றல், இங்க இதுவரைக்கும் நாம ஹெலிகாப்டரையே பார்த்ததில்லையேடான்னு சொன்னா இமயா!

அதுக்குள்ள ஹெலிகாப்டர் கொஞ்சம் கொஞ்சமா கீழே இறங்கி வர வர சத்தம் அதிகமா கேட்டிச்சி. யானை, மான், முயல், குரங்கெல்லாம் மிரண்டு மேல பாத்திச்சு.

குட்டிப்பசங்க எல்லாம், ஹை ஹெலிகாப்டர் ஹெலிகாப்டர்ன்னு குதிச்சிக்கிட்டே கைதட்டிக்கிட்டு கத்த ஆரம்பிச்சாங்க.

ஹெலிகாப்டர் ஸ்கூல் கிரவுண்டுக்கு நடுவுல இறங்கறமாதிரி தெரிஞ்சதும் ஆற்றலும் இமயாவும் பசங்களை ஓரமா போங்கன்னு

தள்ளிக்கிட்டு போனாங்க. பசங்களும் ஓரமா போய் நின்னு ஹெலிகாப்டர் எறங்கறத வேடிக்கை பாக்க ஆரம்பிச்சாங்க. சடக் சடக் சடக் சடக் சடக் ன்னு ஹெலிகாப்டர் ரெக்கை சுத்திச் சுத்தி அடங்கிச்சி.

அந்தச் சத்தத்தை இவ்ளோ கிட்டக்க கேட்டு பழக்கமில்லாத முயல் எங்கயோ ஓடிப்போய் மறைஞ்சிகிச்சி. மானுக்கு காதை மூடிக்கணும் போல இருந்திச்சி, அதுக்கு கை இல்லாததால் ஒரு புதருக்குள்ள போய் தலையை வுட்டுகிச்சி. குரங்கு மொதல்ல கொஞ்சம் மிரண்டாலும் அப்புறம் ஹெலிகாப்டர் ரெக்கையைப் பிடிச்சித் தாவி ஏறி ஹெலிகாப்டர் மேல ஒக்காந்துகிட்டு சுத்தும் முத்தும் பாத்திச்சி. யானைக்கு கடுப்பாயி ஹெலிகாப்டரை தூக்கிக் கடாசலாம்னு கோவத்தோட ஒரு அடி முன்னால எடுத்து வச்சிச்சி.

ஹெலிகாப்டர்ல இருந்து எறங்கின தடிப்பசங்க துப்பாக்கிய மேல தூக்கி சுட்டாங்க. முன்னால வந்த யானை கால்லயும் சுட்டாங்க. யானை கால்ல இருந்து ரத்தமா வழிஞ்சிச்சி. யானை வலி தாங்க முடியாம தொப்புன்னு கீழ விழுந்துச்சி. எல்லாரும் ஸ்கூலுக்கு உள்ள போங்கன்னு மிரட்டினான் தடிப்பய ஒருத்தன்.

ஹலோ, நாங்க எல்லாரும் உள்ள போறோம். யாரையும் சுடக்கூடாதுன்னு சொன்னான் ஆற்றல்.

பசங்களா, எல்லாரும் ஸ்கூலுக்கு உள்ள போங்கன்னு சொல்லிட்டு, நீங்கள்ளாம் யாரு? எதுக்கு இங்க வந்து சுடறீங்கன்னு கேட்டா இமயா.

ரொம்ப கேள்வி கேக்காத பாப்பா! சொல்றபடி எல்லாரும் உள்ள போங்கன்னு மிரட்டினான் தடியன்.

பசங்க எல்லாரையும் உள்ள கூட்டிக்கிட்டு போகும்போது சில பசங்க அழுதாங்க. எதுக்கும் அழக்கூடாது, எந்தப் பிரச்சினை வந்தாலும் யோசிச்சி பிளான் போட்டு ஜெயிக்கணும், அழவே கூடாது ஓகேவா? அழறதால என்னா புண்ணியம்? அழறதால எந்தப் பிரச்சினையும் தீந்துடாது. அழுதுட்டே இருந்தா

அழுமூஞ்சின்னு சொல்லி நம்மள யாரும் மதிக்க மாட்டாங்க, நம்ப மாட்டாங்க. அதுவுமில்லாம ஆழி இன்னும் கொஞ்ச நேரத்துல வந்துடுவான் பயப்படக்கூடாது என பசங்க கிட்ட சொன்னா இமயா.

பசங்களும் பயம் போயி ஸ்கூலுக்கு உள்ள போனாங்க.

யானை வலி தாங்காம கத்த ஆரம்பிச்சிது! புதர்ல இருந்து பயத்தோட தலையைத் தூக்கி மான்கள் பாத்துச்சி. என்ன செய்யறதுன்னு தெரியாம குரங்குங்க அங்கயும் இங்கயும் தாவிட்டு இருந்திச்சிங்க.

தடிப்பசங்க நாலு பேரும் ஸ்கூலுக்கு உள்ள துப்பாக்கியோட நுழைஞ்சாங்க.

5

பசங்க எல்லாரையும் ஒரு பெரிய ஹாலுக்குள்ள வரச்சொன்னாங்க. பசங்களும் பயப்படாம முரண்டு பிடிக்காம அந்த ஹாலுக்கு வந்தாங்க. எல்லாரும் முட்டி போடுங்கன்னு ஒரு தடிப்பய சொன்னான். எங்க ஸ்கூல்ல முட்டி போடும் பழக்கம் கிடையாதுன்னு ஆற்றல் சொன்னான்.

தடிப்பய ஹா ஹா ன்னு இடிஇடின்னு சிரிச்சிக்கிட்டே, நாங்க என்னா ஸ்கூலா நடத்தறோம்? போடுங்கடா முட்டி ன்னு சொல்லி மிரட்டினான்.

இமயா ரகசியமா, ஆற்றல் கிட்ட சொன்னா, இவனுங்க முட்டாள் முரடனுங்க. இவனுங்ககிட்ட நியாயமா பேசினா நடக்காது. இவனுங்க வழிக்கே போற மாதிரி நடிப்போம். அப்புறம் பாத்துக்கலாம். பசங்க எல்லாரையும் முட்டி போட

சொல்லு என்றாள்.

ஆற்றல் பசங்களைப் பாத்துப் பேசினான். டியர் ஃபிரண்ட்ஸ், யாரும் பயப்படாதீங்க. முட்டி போடறது ஒரு வகையான யோகாசனம். நல்லா எஞ்சாய் பண்ணி முட்டி போடுங்கன்னு சொன்னான்.

ஒரு தடியன், என்னாது முட்டி போடறது யோகாசனமா? என்னாடா புருடா விடற? என்றான்.

இல்ல அங்கிள், முட்டி போடறது யோகாசனம்தான். முட்டிக்கு நல்லா வலு கிடைக்கும். முதுகுத்தண்டும் நல்லா வலுவாகும். மூச்சும் நல்லா இழுத்து விடலாம். கண் பார்வை கூர்மையாகும் எனச் சொல்லி ஏத்தி விட்டான் ஆற்றல்.

தடியர்கள் யோசிக்கையில், நீங்களும் முட்டி போடுங்க அங்கிள், உங்க தொந்தியும் குறையும் என்றாள் இமயா.

ஒரு தடியன் முட்டி போட சிரமப்பட்டு முயற்சி செஞ்சான், பசங்க எல்லாம் விழுந்து விழுந்து சிரிச்சாங்க. இன்னொரு தடியன், டேய் வந்த வேலையைப் பாருடா. இந்தச் சின்னப்பசங்க பேச்சைக் கேட்டுக்கிட்டு முட்டி கிட்டின்னு லூஸு மாதிரி பண்ணிக்கிட்டு என்றான்.

பசங்க எல்லாரும் ஆற்றல் சொன்னமாதிரி முட்டி போட்டு கையை முன்பக்கம் நீட்டி மூச்சை நல்லா உள்ள இழுத்து வெளிய விட ஆரம்பிச்சாங்க. ஆற்றலும் இமயாவும் ஒன் டூ த்ரீ, இன்ஹேல், எக்ஸேல் என கமாண்ட் கொடுத்தபடி இருந்தனர்.

தடியர்கள் குழம்பிவிட்டனர். என்னடா இது முட்டி போடச் சொன்னா, சீரியஸா யோகா பண்ணிட்டு இருக்கானுங்க என நினைத்துக்கொண்டிருக்கும்போதே, ஒரு தொந்தி பெருத்த தடியன், மச்சி, நாமளும் இதைப்போல பண்ணலாம்டா, சூப்பரா இருக்கு எனச் சொன்னான். மற்ற தடியர்கள் அவனைத் தலையிலேயே மொத்தினர்.

தடியர்களின் தலைவன், கர்ஜித்தான். ஏய் எல்லாரும் முட்டி

மட்டும் போட்டுக்கிட்டு என்னைப் பாருங்க. கையை ஆட்டறது, மூச்சி இழுத்து வுடறதுன்னு காமடி பண்ணிட்டு இருந்தா சுட்டுடுவேன்னான். ஆற்றலும் இமயாவும் எல்லாரையும் அமைதியா இருக்கும்படி சொன்னாங்க. பசங்களும் அமைதியா இருந்தாங்க.

வழக்கமா வெளிக்கிழமை சாயங்காலம் இங்க யாரும் இருக்க மாட்டீங்க இல்ல? இன்னிக்கி ஏன் இங்க இருக்கீங்க என்றான்.

சனி ஞாயிறு ஜாலியா விளையாடலாம்னுதான் இங்கயே இருந்தோம். நீங்கள்ளாம் யாரு என்றான் ஆற்றல்?

நாங்க காட்டுல இருந்து மரத்தை வெட்டி எடுத்துட்டுப்போகும் கடத்தல் கும்பலைச் சேர்ந்தவங்க. வாராவாரம் உங்க ஸ்கூல் ப்ளேகிரவுண்டில்தான் வந்து இறங்குவோம். தேக்குமரம், செம்மரம் இன்னும் பல மரங்களை வெட்டுவோம். காட்ல இருக்கும் பல மூலிகைகளைப் பறிச்சிப்போம், மிருகங்களை கொன்னு அதை எடுத்துட்டுப்போவோம். நாங்க மட்டும்தான் ஹெலிகாப்டர்ல வருவோம். எங்க வேலை செய்யிற ஆளுங்க எல்லாம் லாரியில வருவாங்க. இவ்ளோ நாள் தொல்லை இல்லாம தொழில் பண்ணிட்டு இருந்தோம். இப்போ நீங்க எங்களைப் பாத்துட்டிங்க. வெளியில் சொல்லிடுவீங்க, உங்களை சும்மா விட மாட்டோம், என்றான்.

மரங்களையெல்லாம் வெட்டினா மழை பெய்யாதுன்னு எங்க ஸ்கூல்ல சொல்லிக் குடுத்திருக்காங்களே! மிருகங்களை ஏன் கொல்றீங்க? அவங்கள்ளாம் எங்க ஃபிரண்ட்ஸ்ன்னு சொன்னா இமயா.

அதெல்லாம் எங்களுக்குத் தெரியாது. எங்க வாழ்க்கை ஜாலியா இருக்கணும், அவ்ளோதான். மத்தவங்க மழை இல்லாம கஷ்டப்படறதைப் பத்தி எங்களுக்குக் கவலை இல்லைன்னு சொல்லிக்கிட்டே, உங்க எல்லாரையும் இப்ப வரப்போற லாரியில கடத்தப் போறோம். சொன்ன பேச்சைக் கேட்டுக்கிட்டு எல்லாரும் போய் லாரியில ஏறணும். ஏறலைன்னா சுட்டுடுவோம்னான் ஒரு தடியன்.

எங்களை எங்க கடத்திட்டுப்போகப்போறீங்க? அங்க போய் என்னா செய்வீங்க என்றான் ஆற்றல்.

ஒரு மலைக்கிராமத்துக்குக் கூட்டிட்டுப்போவோம். அங்க நீங்க எல்லாம் மரம் அறுக்குறது, பண்ணை வேலை பாக்கணும். இனிமே நீங்க எல்லாம் எங்க அடிமைங்க என்று சிரித்தான் தடியன்.

6

தனியா வர்ரதால எரிபொருள் சிக்கனத்துக்காக ரயிலை விட்டுட்டு பறக்கும் பைக்ல பறந்து வந்துட்டு இருந்தான் ஆழி. வழியில கடல்ல விழ இருந்த விமானத்தைக் காப்பாத்த வேண்டியதா இருந்ததால் கொஞ்சம் லேட் ஆயிடிச்சி. ஒருவழியா காட்டுக்குள்ள பைக்ல பூந்தான். இருட்டுற மாதிரி இருந்ததால கொஞ்சம் வேகமா பைக்கை ஓட்டினான். ஸ்கூலுக்குக் கிட்ட வரும்போது மயில் ஒண்ணு எதிர்க்க பறந்துவந்து ஆழிகிட்ட மொத்த விஷயத்தையும் சொல்லிச்சி. பறந்தது போதும், கொஞ்ச நேரம் பைக்ல பின்னால ஒக்காந்துக்கன்னு மயில்கிட்ட சொன்னான் ஆழி. மயிலும் ஆழி தோளைப் பிடிச்சிக்கிட்டு பறக்கும் பைக்ல பின்னால ஒக்காந்துகிச்சி.

ஸ்கூலுக்குப் போயி நைட்டுக்கு பசங்களுக்கு என்ன விளையாட்டுக் காட்டலாம்னு யோசிச்சிட்டு இருந்தேன்.

பரவால்ல ஜோக்கருங்க தானா வந்து மாட்டிட்டானுங்களான்னு மயில் கிட்ட கேட்டு சிரிச்சான் ஆழி. இல்ல ஆழி, இவனுங்கள சாதாரணமா நினைச்சிக்காதே, துப்பாக்கி வச்சிருக்கானுங்க, சுடுறானுங்கன்னு சொன்னிச்சி மயில்.

பயப்படாத மயில். இந்த ஆழியோட ஆட்டத்தை இன்னிக்கி பாருன்னு சொல்லிக்கிட்டே பைக்லயே ரெண்டு குட்டிக்கரணம் அடிச்சி பைக்கை இன்னும் ஸ்பீடா ஓட்டினான்.

ஸ்கூல் கண்ணுக்குத் தெரிஞ்சதும் பைக்கை மெதுவா கீழே இறக்கிட்டு சுத்தும்முத்தும் பார்த்தான். யானை கீழே விழுந்துகிடந்தது தெரிஞ்சிது. டக்குன்னு தன்னோட பைக்ல சைட் பாக்ஸில் இருக்கும் முதலுதவிப்பெட்டியை எடுத்தான். அதுல இருக்க வேண்டிய காட்டன், பேண்ட் ஐய்ட், சிஸர், டிஞ்சர், சல்ஃபர் பவுடர், போவிடன் ஆயின்மெண்ட், ஸ்டெரில் காஸ் பேட், ஆண்டிசெப்டிக் ஆயின்மெண்ட், ஆண்டிபயாடிக் ஆயின்மெண்ட் எல்லாம் இருந்திச்சி. அதை எடுத்துக்கிட்டு யானைகிட்ட வந்தான். யானைக்கு கண்ணுல லேசா தண்ணி வழிஞ்சிட்டு இருந்திச்சி. ஆழியைப் பாத்ததும் அந்த வலியிலயும் தும்பிக்கையைத் தூக்கிக் காட்டி சிரிச்சிது. ஆழி யானை தலையில் தடவிக்குடுத்துட்டு இருக்கும்போது மான் ஆழியைப் பின்னால இருந்து முட்டிச்சி. ஆழி திரும்பிப் பாத்தா

மான்கள் நிறைய மூலிகைகளைப் பறிச்சிட்டு வந்திருந்துதுங்க. யானைக்கு காயம் பட்ட இடத்தை சுத்தம் செஞ்சான் ஆழி. அப்புறம் வலி தெரியாம இருக்கறதுக்கும், செப்டிக் ஆகாம இருக்கறதுக்கும் ஆயின்மெண்டையும் மூலிகையையும் கசக்கி, துப்பாக்கித் தோட்டா பூந்த இடத்துல கட்டினான். பயப்படாதே அபேயா, அவனுங்களை ஒரு வழி பண்ணிட்டு, அப்புறமா நான் போயி டாக்டரை வரவைக்கலானு சொன்னான். அபேயா சந்தோஷமா தலையை ஆட்டிச்சி. இப்போ அது கன்னுல இருந்து தண்ணி வழியறது நின்னு போயிருந்திச்சி. ஒரு சீட்ல டாக்டருக்கு யானையோட நிலைமையை எழுதி ஒரு மான் கிட்ட குடுத்து வனத்துறை அலுவலகத்துல போய் குடுத்துட்டு வரச்சொன்னான். மான் துள்ளிக்குதிச்சி ஓட ஆரம்பிச்சிது.

7

மத்த யானை, மான், முயலையெல்லாம் காட்டுல போயி பதுங்கிக்கோங்க, நான் வேலையை முடிச்சிட்டு கூப்பிட்டதும் வந்தா போதும்னு சொன்னான். எல்லாரும் போய் காட்டுக்குள்ள பதுங்கிக்கிட்டு ஸ்கூலையே பாத்துட்டு இருந்திச்சிங்க. ஆழி குரங்குக்கூட்ட தலைவன் குமோராவை இங்க வாடான்னான். குமோரா பாஞ்சி வந்து ஆழியின் தோளில் ஒக்காந்திச்சி. குரங்குக்கூட்ட தலைவி ரில்லியைக் கூப்பிட்டான். ரில்லி வெடுக் வெடுக்குன்னு பாஞ்சி வந்து ஆழி தலையில ஒக்காந்திச்சி.

ய்யேய் ஆழி தலைல ஒக்காரக்கூடாது, எறங்கி தோள்ள ஒக்காருன்னு குமாரோ ரில்லியை ஈஈஈன்னு பல்லைக் காட்டி மெரட்டிச்சி. ரில்லி வாலாலையே குமாரோ தலையில ஒண்ணு போட்டிச்சி. உன் வேலையைப் பாத்துட்டுப்போடா கொரங்குப்பயலேன்னு சீறிச்சி.

ஆழி, சரி சரி எப்பயும் போல நீங்க இப்ப சண்டை போட்டுக்காதீங்க. உள்ள பசங்க மாட்டிக்கிட்டு இருக்காங்க. அவங்களை மொதல்ல காப்பாத்தணும். நாம் ஒத்துமையா இருந்தாத்தான் அவங்களைக் காப்பாத்த முடியும். ஏற்கனவே கொரங்கு புத்தினு எல்லோரும் கிண்டல் பண்ணிட்டு இருக்காங்க, நீங்க இப்படி வெட்டியா சண்டை போட்டா, அவங்க கிண்டல் பண்றது கன்ஃபார்ம் ஆயிடும்னான்.

யேய் ஆழி, கொரங்கு புத்தின்னு சும்மா சொல்லாதே, உங்க மனுஷங்க மட்டும் புருஷன் பொண்டாட்டி சண்டை எப்பவும் போட்டுக்கறதில்லையான்னு ரில்லி கோவமா கேட்டிச்சி.

நல்லா சண்டை போட்டுப்பாங்களே! குரங்கிலேர்ந்து வந்தவங்கதானே மனுஷங்க, உங்க புத்தி இல்லாம இருக்குமான்னு சொல்லி சிரிச்சிட்டு, நான் சொல்றதை கவனமா கேளுங்கன்னு சொன்னான் ஆழி.

உங்க குரங்குக் கூட்டங்க எல்லாரையும் சேத்துக்கோங்க. குட்டிக்குரங்கை எல்லாம் தனியா கூட்டிக்கிட்டு போயி தாத்தா பாட்டி குரங்குங்க கூட விட்டு பாத்துக்கச் சொல்லுங்க. நீங்க மூணு பிரிவா பிரிச்சிக்கோங்க. ஒரு கூட்டம் மரத்தின் மேல அங்கயும் இங்கயும் பிரிஞ்சி இருக்கணும். இன்னொரு கூட்டம் ஸ்கூல் விட்டு வெளியே வர வழியின் மேல இருக்குற கூரை மேல பரவலா ஒக்காந்து இருக்கணும்.

மூணாவதா ஒரு கூட்டம் தரையில் சாதாரணமா ஒக்காந்து இருக்கணும்.

ஏன் உங்களை மட்டும் கூப்பிட்டேன்னா, உள்ள இருக்கறவங்க துப்பாக்கி வச்சிருக்காங்க. அவங்க சுட்டா யானை, புலி, சிங்கம், மான் எல்லாம் மாட்டிக்கும். ஆனா நீங்க மட்டும் மாட்டாம தாவித்தாவி எஸ்கேப் ஆயிட முடியும், அதனாலதான். நாம உள்ள போயி ஏதும் கலாட்டா பண்ண வேணாம். நான் மட்டும் உள்ள போறேன். நான் எப்படியாவது அவங்களை வெளியில் கொண்டாந்துடுவேன். அவனுங்க வெளியில வந்ததும் கூரை மேல் இருக்கும் குரங்குங்க டக்குன்னு பாய்ஞ்சி

அவனுங்க கையில இருக்கும் துப்பாக்கியப் புடுங்கிடணும். அது உங்களுக்கு கைவந்த கலைதான் இல்லையா? நானே பலதடவை கோயில்லயும் பார்க்லயும் பாத்திருக்கேனே, யார் எதைக் கைல வச்சிருந்தாலும் புடுங்கிடுவீங்க இல்லையா என்றதும் குமாரோவும் ரில்லியும் ஆழியைச் செல்லமா மொறைச்சிதுங்க.

நக்கல்லாம் வேணாம், மேல சொல்லு ஆழி ன்னுச்சி ரில்லி.

எல்லா துப்பாக்கியையும் புடுங்கினதும், மரத்து மேல ஒக்காந்து இருக்கும் குரங்குங்க மரத்து மேல இருந்து காய், கிளைங்களைப் பறிச்சி அவனுங்க மண்டைலயே போடணும். கீழ இருக்கும் குரங்குங்க அவனுங்க காலை கடிச்சி கீழ விழ வைக்கணும். அவனுங்க கீழ வுழுந்ததும் மரத்து மேல இருந்து குரங்குங்க கீழ எறங்கி வந்து அவனுங்க மேல கும்பலா ஏறி ஒரு கும்மு கும்மணும் ஓ ஓகேவா? இந்தப் ப்ராஜக்டுக்கு பேரு, ப்ராஜக்ட் மங்கீஸ் பவர்! ஹேப்பியா ன்னு கேட்டான் ஆழி!

ஹேப்பி ஹேப்பின்னு எல்லா குரங்கும் வாலை மேலே தூக்கி வச்சிக்கிட்டு டேன்ஸ் ஆடி அதுங்களோட சந்தோஷத்தைக் காட்டிச்சிங்க.

ஓகே, நீங்க பிளான் பண்ணி செட்டில் ஆயிடுங்க, நான் உள்ள போகணும்னு சொல்லிக்கிட்டே குமாரோவையும் ரில்லியையும் கட்டிப் பிடிச்சான் ஆழி.

எல்லா குரங்குங்க கிட்டயும் பை பை சொல்லிட்டு உள்ள போனான் ஆழி.

8

உள்ள தடியனுங்க எல்லாரையும் மெரட்டிட்டு இருந்தானுங்க. ஆழி பவ்யமா உள்ளே போயி நின்னதும், பசங்க எல்லாரும் ஹையா, ஆழி ஆழி ஆழின்னு கத்த ஆரம்பிச்சாங்க.

ஒரு தடியன், ஆழியா? யார்ரா நீன்னு கேட்டான்.

நானா? நான்தான் ஆழி, பசங்களோட ஃபிரண்டு. பசங்களுக்கு ஏதாச்சும் கெட்டது நடந்தா சும்மா விடமாட்டேன். காப்பாத்துவேன். காப்பத்தறது மட்டுமில்ல, பசங்களுக்கு கெட்டது பண்றவங்களைச் சுளுக்கு எடுத்துடுவேன்னு சொன்னான்.

டேய், நீயே ஒழக்கு மாதிரி இருந்துகிட்டு, எங்களை சுளுக்கு எடுப்பியா? போடா... போய் முட்டி போடுடான்னு சொல்லிட்டு ஆழி தலையில் நங்குன்னு ஒரு கொட்டு வச்சான் தடியன். கடுப்பான ஆழி அந்தத் தடியனோட ரெண்டு காலுக்கு நடுவுல போய் நின்னுகிட்டு வேகமா ஒரு குதி குதிச்சான். அந்தத் தடியன் பொறிகலங்கி அய்யோன்னு கத்திக்கிட்டே மெதுவா நடந்து போய் மூலைல ஒக்காந்தான்.

டேய் சின்னப் பய கூட என்னா வெளாட்டுன்னு அவனைத் திட்டிக்கிட்டே, டேய் நீ போய் முட்டி போடுன்னு ஆழியைத் துப்பாக்கி முனைல ஒருத்தன் துரத்தினான். ஆழியும் ஆற்றலுக்கும்,

இமயாவுக்கும் நடுவுல போய் முட்டி போட்டுக்கிட்டு அவங்க கிட்ட கிசுகிசுன்னு பேசினான்.

நான் மட்டும் இப்ப வெளில் ஓடிடுவேன். அவனுங்க என்னைத் துரத்துவானுங்க. நீங்க ஜஸ்ட் 10 பேரு மட்டும் கிரிக்கெட் பேட், ஹாக்கி பேட் எடுத்துகிட்டு அவனுங்க ஓடினதுக்கு அப்புறம் அவனுங்க பின்னாடியே வெளில வந்து மறைஞ்சிக்கோங்க. மீதிப்பசங்க கிட்ட சொல்லிடுங்க, அவனுங்க வெளில போனதும் ஸ்கூலை உள்ள கதவைச் சாத்தி தாப்பா போட்டுக்கச் சொல்லிடுங்கன்னு சொன்னான்.

ஆற்றலும் இமயாவும் தலையை ஆட்டினாங்க.

அங்க என்னாடா கிசுகிசுப்புன்னு ஒரு தடியன் கேட்டான்.

ஆழி டக்குன்னு, பக்கத்துல கிடந்த ஒரு சாக்பீஸ் எடுத்து ஒரு தடியன் கண்ணைப் பார்த்து அடிச்சான். அது கரக்டா அவன் கண்ணுல போய் சொருகிடிச்சி. ஐயய்யோன்னு கத்திக்கிட்டே ஒரு கண்ணை கையால் பிடிச்சிக்கிட்டு அவன் சுதாரிச்சிக்கிட்டு ஆழியை அடிக்க வர்ரதுக்குள்ள, ஆழி அங்கேர்ந்து பாய்ஞ்சி ஒரு டேபிள் மேல ஏறி அங்கேயிருக்குற டஸ்டரை எடுத்து இன்னொரு தடியனோட வழுக்கை மண்டையில அடிச்சான். யம்மான்னு கத்திக்கிட்டே வழுக்கை மண்டையை அமுக்கிக்கிட்டே வழுக்கை மண்டை ஆழியைப் பாத்து சுட்டான்.

அங்க இருந்த ஒரு ப்ளாக் போர்டை தூக்கி தன்னை மறைச்சிக்கிட்டே வாசலைப் பாத்து ஓடினான் ஆழி. டேய் தடியன்களா, உங்களைப்பத்தி ஃபாரஸ்ட் ஆஃபீசருக்கு சொல்லப் போறேன். போலீஸுக்கு சொல்லப்போறேன். கலக்டருக்கு சொல்லப்போறேன், சீஎம் செல்லுக்கு சொல்லப்போறேன்னு கத்திக்கிட்டே ஓடினான் ஆழி.

டேய் அவனைப் பிடிக்கணும்டா, இல்லைன்னா நம்மளைப்பத்தி எல்லார்கிட்டயும் சொல்லிடுவான். நாம் ஜெயிலுக்குப் போக வேண்டியதுதான் இல்லன்னா, நம்மளை என்கவுண்டர்ல போட்டுத் தள்ளிடுவானுங்கன்னு கத்திக்கிட்டே ஆழியைப்

பிடிக்க வெளியே ஓடினான்.

மத்த தடியன்களும் பின்னாலயே ஓடியாந்தாங்க. ஆழி குதிச்சி இடுப்பைப் பேத்ததால ஒரு தடியன் நொண்டி நொண்டி ஓடியாந்தான். இன்னொரு தடியன் வழுக்கை மண்டையைப் பிடிச்சிட்டு ஓடியாந்தான். இன்னொரு தடியன் சாக் பீஸால் கண்ணுல அடிச்சதால கண்ணு தெரியாம அங்கயும் இங்கயும் முட்டி மோதி ஓடியாந்துட்டு இருந்தான்.

ஆழி வெளில் ஓடியாந்து கூரை மேல் இருக்கும் கொரங்குங்களுக்கும், மரத்து மேல இருக்கும் கொரங்குங்களுக்கும் சிக்னல் குடுத்தான். ஆழியும் பாய்ஞ்சி ஏறி கூரை மேல குரங்குங்க கூட போய் ஒக்காந்துகிட்டான்.

தட்டுத்தடுமாறி வெளிய வந்த தடியனுங்க ஆழியைக் காணாம குழம்பிப்போய் நின்னானுங்க. துப்பாக்கியைத் தூக்கிப் பிடிச்சிட்டு அங்கயும் இங்கயும் பாத்துட்டு இருந்தானுங்க. குமாரோ சிக்னல் குடுத்ததும் ஒரே நேரத்துல நல்ல வாட்டமான நாலு கொரங்கு ஜிவ்வுன்னு பாய்ஞ்சி அவனுங்க மேல ஏறி துப்பாக்கிய புடுங்கிச்சிங்க. ரெண்டு பேர்கிட்ட இருந்து துப்பாக்கிய பிடுங்கியாச்சி. கொஞ்சம் லேட் ஆனதால ரெண்டு தடியனுங்க சுதாரிச்சிக்கிட்டு கொரங்குங்களைப் பாத்து சுட ஆரம்பிச்சானுங்க. குரங்கு இங்கயும் அங்கயும் தாவி போக்கு காட்ட ஆரம்பிச்சிதுங்க.

மரத்து மேல இருந்து குரங்குங்க கெளைங்களயும், காய்களையும் பறிச்சி குண்டனுங்க மேல அடிச்சிதுங்க. கீழ இருக்குற கொரங்குங்க அவனுங்க காலை கடிச்சிட்டு, உடனே அங்கேர்ந்து தாவிக் குதிச்சி ஓடிச்சிங்க. செல குரங்குங்க அவனுங்க பேண்டை கடிச்சி கிழிச்சிடுத்துங்க. சட்டையும் கிழிஞ்சி தொங்க ஆரம்பிச்சிது.

இந்தக் குரங்குங்க சேட்டையைச் சமாளிக்க முடியாது, வாங்கடா திரும்ப உள்ள ஓடிடலாம்னு தடியனுங்க உள்ள ஓட ஆரம்பிச்சானுங்க. ஏற்கெனவே போட்ட பிளான் படி கதவு உள்ள லாக் ஆயி இருந்திச்சி. வெளில வந்து பதுங்கிட்டு இருந்த ஆற்றல், இமயா எல்லாரும் அவனுங்க பின்னாலயே போயி

கிரிக்கெட் பேட்டால் மண்டையிலேயே போடு போடுன்னு போட்டாங்க. கொரங்குங்களும் அடை அடையா அவனுங்க மேல ஏறி அப்பிடிச்சிங்க.

அவனுங்க தலைமேல் ஏறி அவனுங்ககிட்ட இருந்த துப்பாக்கியைப் பிடுங்கிட்டான் ஆழி.

ஸ்கூலுக்கு வெளில போய், யானை, மான், முயல், மயில் எல்லாரும் ஓடியாங்க, இனிமே பிரச்சினை இலைன்னு கத்தினான் ஆழி.

எல்லா மிருகங்களும் ஸ்கூலுக்கு ஓடியார ஆரம்பிச்சிதுங்க. குட்டி யானை குங்கூ தான் ஸ்பீடா மண்டையை மண்டையை ஆட்டிக்கிட்டு ஓடியாந்துட்டு இருந்தது.

9

அந்த நாலு தடியன்களையும் ஸ்கூல் ப்ளேகிரவுண்டுக்கு நடுவுல தள்ளிட்டுப் போயி முட்டிப்போடுங்கடான்னு சொன்னான் ஆழி. ஆற்றலும் இமயாவும் ஸ்கூலைத் திறந்துவிட்டு எல்லா பசங்களையும் மைதானத்துக்குக் கூட்டிக்கிட்டு வந்தாங்க. எல்லா மிருகங்களும் சுத்தி நின்னுகிச்சி. நாலு பேரும் முட்டி போட்டுக்கிட்டு தலையைக் குனிஞ்சிகிட்டு நின்னுட்டு இருந்தாங்க. அந்த நேரத்துல ஜீப் சத்தம் கேட்டிச்சி. எல்லாரும் திரும்பிப்பாத்தா, மான் வனத்துறை டாக்டரைக் கூட்டிக்கிட்டு வந்துட்டு இருந்துது. டாக்டர் நேரா கூட்டம் இருக்குற எடத்துல வந்து ஜீப்பை நிறுத்தினாரு.

என்னா இங்க கூட்டம்? ஏன் பசங்க இன்னும் வீட்டுக்குப் போகலைன்னு கேள்வி மேல கேள்வி கேட்டாரு டாக்டரு.

ஆழி எல்லாத்தையும் விளக்கமா சொன்னான்.

முதல்ல யானையைக் கவனிச்சிட்டு வாங்க! அப்புறம் விரிவா பேசலாம்னான் ஆழி.

தோ வந்துடறேன் ஆழின்னு யானை கிட்ட போனவரு, கொஞ்ச நேரம் போராடி குண்டை வெளியில் எடுத்துட்டு மருந்து வச்சிக் கட்டினாரு. யானைக்கு ஒரு ஊசியைப்போட்டுட்டு ஆழிகிட்ட வந்தாரு. ஆழி, நீ சொல்றதைப்பாத்தா இவனுங்க

கொடூரமான ஆளுங்க போலருக்கு. இவனுங்களை போலீஸ் கிட்ட விட்டா அரசியல் செல்வாக்கைப் பயன்படுத்தி வெளில் வந்துடுவானுங்க. அப்புறம் திரும்பவும் காட்டுக்குள்ள வந்து மரத்தை வெட்டுவானுங்க, மிருகங்களைக் கொல்லுவானுங்க, அதனால நீயே இவனுங்களை சுட்டுடு ஆழின்னார்.

ஆழி, அரசியல் செல்வாக்குன்னா என்னான்னு கேட்டா இமயா!

இப்ப நீ வீட்ல ஏதாச்சும் தப்பு பண்ணா, உன்னை உங்க அம்மா அடிக்க வராங்கன்னு வச்சிக்கோயேன், அப்ப உங்க அப்பாவோ பாட்டியோ, குழந்தைக்கு என்னாடீ தெரியும்? குழந்தையை அடிக்காதேன்னு தடுத்துடுவாங்க இல்லையா? அதேபோலத்தான் இதுவும். ஆனா வீட்ல பாசத்துக்காக நடக்கும். இங்க பணத்துக்காக நடக்கும், அவ்ளோதான் வித்தியாசம் என்றான் ஆழி. வீட்ல நடக்கும் சிபாரிசால், குழந்தைங்க மட்டும் வேணா கொஞ்சூண்டு கெட்டுப்போவாங்க, ஆனா நாட்ல நடக்கும் சிபாரிசால் நாடே கெட்டுக் குட்டிச்சுவராய் போயிடும்னான்.

நான் இனிமே வீட்லயும் யாரையும் சிபாரிசு செய்யச் சொல்ல மாட்டேன்னாள் இமயா.

சரி சரி, நம்ம கதையை அப்புறம் பேசலாம், இவனுங்களை சுட்டுடு ஆழின்னார் டாக்டர்.

நீங்களே ஊசி போட்டுக் கொன்னுடுங்க டாக்டர்ன்னான் ஆழி.

ஐயய்யோ வேணாம், வேணாம், வேணாம்னு கதறினானுங்க தடியனுங்க.

அது எப்படி ஆழி, நான் கொல்ல முடியும்? டாக்டரோட தொழில் தர்மம் அது இல்லையே! என்னால ஊசி போட்டு உயிரைக் கொல்ல முடியாது. காப்பாத்தறதுதான் டாக்டர் தொழில் அப்படின்னார் டாக்டர்.

அப்ப நான் மட்டும் எப்படி சுட்டுக்கொல்றது? குழந்தைகளை காப்பாத்தறதுதான் என் முதல் வேலை. என்னால மட்டும்

இவங்களை எப்படி சுட்டுக்கொல்ல முடியும்? யாரும் யாரையும் சாவடிக்கக்கூடாது. திருத்தணும்னு சொன்னான் ஆழி.

இவங்களை எப்பிடி திருத்தறதுன்னு கோரஸா கேட்டாங்க பசங்க?

அதுக்குள்ள இருட்டிட்டு வந்துடுத்து.

இவங்களைத் திருத்துறது எப்படின்னு அப்புறமா சொல்றேன். மொதல்ல எல்லா லைட்டையும் போடுங்க. சாப்பாட்டு நேரம் வந்துடிச்சி. எல்லோரும் சாப்பிட்டு மத்த வேலையைப் பாக்கலாம் என்றான் ஆழி.

எனக்கு தோசை, எனக்கு பரோட்டா, எனக்கு பூரி, எனக்கு பிரியாணி, எனக்கு பீட்சா, எனக்கு ஃபிரைட் ரைஸ்ன்னு பலரும் பலவாறாக குரல் குடுத்தாங்க. பிரியாணி, ஃபிரைன்னுல்லாம் சொல்றப்ப முயலுங்க மட்டும் கொஞ்சம் பம்மிச்சிங்க. மான்கள் அரைகுறை தைரியத்தோடு, ஆழி இருப்பதால் நம்பிக்கையா நின்னுகிட்டு இருந்திச்சீங்க.

தடியன்கள், எனக்கு சிக்கன் பிரியாணி, எனக்கு மட்டன் பிரியாணின்னு குரல் குடுத்தானுங்க.

மெதுவா நடந்து போயி, அவனுங்க வயித்தைத் தடவினான் ஆழி. டேய் வயிறு பானை மாதிரி இருக்குடா! நீங்க இன்னும் ஒரு மாசத்துக்குச் சேத்துத் தின்னு வச்சிருக்கீங்க. இன்னும் ஒரு மாசம் பட்டினி கெடந்தா கூட சாவ மாட்டீங்க. இன்னிக்கி நைட் உங்களுக்குத் தண்ணி கூட கிடையாது. முட்டி போட்டுக்கிட்டே நில்லுங்கன்னு சொல்லி வயித்துலயே ஒரு குத்து விட்டான்.

நீங்க எல்லாரும் தோசை, பூரின்னு எண்ணெய்ப் பலகாரமா கேட்டீங்க! இங்க என்னா 5 ஸ்டார் ஓட்டலா இருக்கு? நீங்க கேக்கறதை எல்லாம் ஆர்டர் பண்ண? அதுவுமில்லாம, பசங்களா எப்பவும் எண்ணெய் பண்டமா சாப்டுக்கிட்டே இருந்தா கொலஸ்ட்ரால் ஏறிடும். கொலஸ்ட்ரால்னா கெட்ட கொழுப்பு. ஒபிசிட்டி ஏறிடும். அப்புறம் நீங்களும் சின்ன

வயசிலேயே இந்தக் குண்டனுங்க மாதிரி தொந்தி பெருத்து, தொடை பெருத்து நீர்யானை மாதிரி தாங்கி தாங்கிதான் நடக்க முடியும்னான்.

அய்யய்யோ, அப்ப என்னா செய்யணும் ஆழின்னு பசங்க கேட்டாங்க.

பயப்படாதீங்க, தோசை பூரில்லாம் வீட்ல செஞ்சா அளவோட சாப்பிடுங்க. இட்லி ரொம்ப நல்லது. சோறு அதிகமா சாப்பிடாம காய்கறி அதிகமா சாப்புடுங்க. பழம் சாப்புடுங்க. பிட்சா, பர்கர், கடையில விக்கிற சிப்ஸ், கூல்டிரிங்க்ஸ் எதுவும் குடிக்காதீங்கன்னான் ஆழி.

இப்போ நைட்டுக்கு ஃபுல்லா நேச்சுரல் டின்னர்தான்னு சொல்லிட்டு, குமாரோவையும் ரில்லியையும் கூப்பிட்டான்.

பசங்க எல்லாருக்கும் உங்க கூட்டத்தோட போயி நல்ல காய்கறிகள், பழங்கள் பறிச்சிட்டு வாங்க என்றான். சீக்கிரம் வரணும்னு சொன்னான். கொரங்குங்க எல்லாம் தாவி ஓட ஆரம்பிச்சிது.

யேய் பறிச்சிட்டு வர்ர வழியில உங்க வாயை வைக்காம வரணும்னு சொன்னான்.

ரில்லி திரும்ப முறைச்சிக்கிட்டே ஓடிச்சி.

10

சாப்பாடு வர்ர வரைக்கும் போர் அடிக்குமே ஆழி என்னா பண்ணலாம்னு கேட்டான் ஆற்றல். இந்த ஜோக்கர்ஸ் இருக்கானுங்களே, இவனுங்களை வச்சி விளையாடலாம், பசங்களா எல்லாரும் வாங்கன்னு கூட்டிக்கிட்டு அவங்க கிட்ட போனான் ஆழி.

குங்கூ இங்க வான்னு குட்டி யானையைக் கூப்ட்டு அவனுங்க முன்னால நிக்க வச்சான். மான்களையும் கூப்ட்டு அவனுங்க முன்னால நிக்க வச்சான். மிச்சம் மீதி இருந்த கொரங்குங்களைக் கூப்ட்டு இவனுங்க தோள்ள ஏறி ஒக்காந்துக்கோங்கன்னு சொன்னான்.

முயல்களைக் கூப்ட்டு இவனுங்க உள்ளங்காலை சொர சொரன்னு கடிங்க, இவனுங்க கூச்சத்தைத் தாங்கிட்டு அப்படியே சிலை மாதிரி நிக்கணும். அப்பிடி நிக்காம ஆடினா, மானுங்க கொம்பால முட்டணும், தோள்ள இருக்கும் கொரங்குங்க அவனுங்க காதைப் பிடிச்சிக் கடிக்கணும், கடைசியா குங்கூ இவங்க வயித்திலயே டொம்முன்னு எட்டி ஒரு ஒதை ஒதைக்கும்னு சொன்னான்.

சார் சார், ப்ளீஸ் சார் வேணாம் சார்னு கெஞ்ச கெஞ்ச கொரங்குங்க அவங்க மேல ஏறி ஒக்காந்துகிச்சிங்க. மான் நிக்க யானை டேன்ஸ் ஆட, முயல் காலை கர கரன்னு நக்க, பசங்க கைதட்டிக்கிட்டே குதிக்கன்னு விளையாட்டு களை கட்டிச்சி.

ஆற்றலையும் இமயாவையும் ஆழி கூப்டான். இப்ப சாப்பாடு வந்துடும் சாப்பிடலாம். நாளைக்கு என்ன பிளான்? இங்கயே விளையாட போறீங்களா? இல்ல வேற ஏதாவது ஐடியா இருக்கான்னு கேட்டான்.

எங்களுக்கு ஒரு ஐடியாவும் இல்லை ஆழி. ஆனா இங்கயேதான் டெய்லி விளையாடறோமே, போர் அடிக்கிது. இந்த மலையிலேயே நிறைய அருவிங்க இருக்குதாம், குகைங்க இருக்குதாம். பெரிய பெரிய காட்டாறு ஓடுதாம், மிஸ் சொன்னாங்க. அப்புறம் நமக்கு பழக்கமில்லாத ஆபத்தான மிருகம்லாம் இருக்காம். அதையெல்லாம் சுத்திப்பாக்கணும் ஆழி. ஜாலியா இருக்கும். சுத்திக்காட்டுவியா ப்ளீஸ்னு கேட்டான் ஆற்றல். ஆமா ஆழி ப்ளீஸ் ப்ளீஸ்னு கேட்டா இமயாவும்.

இவங்க இங்க பேசிட்டு இருக்கும்போதே தொம்முனு இவங்க காலடியில வந்து விழுந்தான் ஒரு தடியன். குங்கூ உட்ட ஒதையிலதான் வந்து விழுந்தான். இவன் கூடவே ரெண்டு கொரங்கும் வந்து விழுந்துச்சி. அந்தக் கொரங்குங்க தனியா குங்கூ கிட்டப் போயி, தோ பாரு குங்கூ, ஒதைச்சா எங்களுக்கு சிக்னல் குடுத்துட்டு ஒதைக்கணும். அவனுங்க தோள்ள இருந்து நாங்க எறங்கிப்போம், நீ சொல்லாம கொள்லாம ஒதைச்சா நாங்களும் போய் விழ வேண்டியிருக்குன்னு பஞ்சாயத்து பண்ணிட்டு இருந்திச்சிங்க.

சரி நாளைக்கு எல்லாரும் காட்டுக்குள்ள போகலாம். ஆனா எல்லாரும் என் பேச்சை கேக்கணும். ஒருத்தர் கூட தொலையாம திரும்ப வரணும்ன்னான் ஆழி.

எல்லாரும் உன்பேச்சை கேட்கறோம். ஆனா இந்தத் தடியன்களை என்னா செய்யறதுன்னு கேட்டான் ஆற்றல்.

சர்வாங்க மலை சித்தர்ன்னு ஒருத்தர் சர்வாங்க மலைல இருக்காரு. அவர்கிட்ட இவனுங்களை கொண்டு போய் விட்டா, இவனுங்களுக்கு இருக்கும் பழைய நியாபகங்களை எல்லாம் காலி பண்ணிட்டு, இவனுங்க மூளையைக் கழுவி வுட்டுடுவாரு. இவனுங்களுக்கு நாம யாரு என்னா எல்லாம் மறந்துபோயிடும். நாம் சொல்ற வேலையைச் செஞ்சிகிட்டு இருப்பது போல பண்ணி விட்டுடுவாரு. சனி ஞாயிறு ஸ்கூல்ல யாரும் இல்லாததாலதான இவனுங்களே மரம் கடத்த வந்தானுங்க. இவனுங்களயே வேலைக்காரனுங்களா போட்டு காவல் காக்க சொல்லலாம். ஸ்கூல் வேலையும் பாக்க சொல்லலாம்னு சொன்னான் ஆழி.

ஹை செம ஐடியா ஆழின்னு ஆற்றலும் இமயாவும் துள்ளிக் குதிச்சாங்க.

ஒரே பழ வாசனை அடிக்க ஆரம்பிச்சிது. என்னான்னு பாத்தா, கொரங்குங்க தார் தாரா மலை வாழைப்பழம், ஆப்பிள் பழம், ரமட்டான் பழம், மங்குஸ்தான் பழம்னு கன்னா பின்னான்னு பல பழங்களையும் முட்டைக்கோஸ், ப்ரொக்கோலி, மொச்சைக்கொட்டை, கேரட்ன்னு காய் கறிகளையும் அள்ளிக்கிட்டு வந்துட்டு இருந்திச்சிங்க.

பசங்க எல்லாம் கொரங்குங்க கிட்ட ஓட, கொரங்குங்க பழத்தை எல்லாம் பசங்க கிட்ட வீசன்னு ஒரே ரகளையா இருந்திச்சி.

11

பசங்கள்ளாம் சாப்டுட்டு இருக்கும்போது யானைங்கள்ளாம் வந்து நாங்களும் சாப்புடலாமான்னு ஆழி கிட்ட கேட்டதும், ஆழிக்கு தூக்கி வாரிப்போட்டிச்சி. அடப்பாவிகளா உங்களை சாப்பிட விட்டா மொத்த பழத்தையும் ஒரே ஆளா காலி பண்ணிடுவீங்களே, பசங்கள்ளாம் பசியோட ஒக்காந்துட்டு இருக்க வேண்டியதுதான். நீங்க எல்லாம் தனியா போய் ஓடையோரமா டின்னரை முடிச்சிட்டு, தண்ணி குடிச்சிட்டு பொறுமையா வாக்கிங் போய்ட்டு வாங்க. வழியில் யாருகிட்ட ஓம்பு வளத்துகிட்டு இருக்காதீங்கன்னு சொன்னான்.

யானைகளும் சிரிச்சிக்கிட்டே சாப்பிட கௌம்பி போச்சிங்க. போற வழியில் முட்டி போட்டுக்கிட்டு இருந்த தடியனுங்க தலையில ஆளுக்கு 4 கிலோ சாணத்தைப் பொத்து பொத்துன்னு

போட்டுட்டு போச்சிங்க. அவனுங்க நிலை தடுமாறிக் கீழ வுழுந்தானுங்க.

எல்லா பசங்களும் சாப்டு முடிச்சதும், படுக்கப் போறதுக்கு முன்னால் ஆழி கதை சொல்லு கதை சொல்லுன்னு சொல்லிச்சிங்க.

டாக்டரும், இன்னொரு தடவை அபேயா யானையைப் பரிசோதிச்சிட்டு, காலைல ஓரளவு சரியாயிடும். ராத்திரி ஓய்வெடுக்கட்டும்னு சொல்லிட்டு, நான் கிளம்பறேன் ஆழின்னு சொல்லிட்டு ஜீப்ல ஏறி போயிட்டாரு.

அவரு போனதும், அவருக்கு காய்கறி பழம் பத்தலை, வீட்டுக்குப் போய் பரோட்டா சாப்பிடணும். அதான் ஓடறாருன்னு சொல்லி சிரிச்சான் ஆழி.

அதெல்லாம் இருக்கட்டும் கதை சொல்லு ஆழின்னு திரும்பவும் பசங்க கேட்டிச்சிங்க.

என்ன கதை சொல்றதுன்னு ஆழி யோசிச்சான்.

நீயும் எங்களைப் போல குட்டியாத்தான் இருக்க. ஸ்கூல் போகமாட்டேங்குற, வீட்ல அப்பா அம்மால்லாம் உன்னைத் திட்ட மாட்டாங்களா? உனக்கு எப்பிடி ஸ்பெஷல் பவர் கிடைச்சிது? எப்பிடி பறக்குற? எப்பிடி உனக்கு பறக்கும் கார், பறக்கும் ரயில்லாம் கிடைச்சிது? எப்பிடி நீ மிருகங்க கூட எல்லாம் பேசறன்னு அடுக்கடுக்கா கேள்வி கேட்டுட்டே இருந்தா இமயா.

நானும் உங்களைப்போலத்தான் இருந்தேன்னு ஆரம்பிச்சான் ஆழி

உடனே எல்லாப் பசங்களும் ஆழி கிட்ட வந்து சுத்தி ஒக்காந்துகிட்டாங்க.

நான் பொறக்கும்போதே என் முதுகுல பெரிய சைஸ்ல கறுப்பா ஒரு மச்சம் இருந்திச்சி. அதை யாரும் அப்ப பெருசா கண்டுக்கலை. விளையாட்டா என்னை மச்சக்காரன்னு என் அக்கா கூப்டுட்டு இருந்தா அவ்ளோதான். உங்களைப்போலவே அழுதுகிட்டு அடம் பண்ணிக்கிட்டு வளந்துட்டு இருந்தேன்.

அதெல்லாம் இப்ப என் நியாபகத்துல இல்லை. கொஞ்சம் பேச ஆரம்பிச்சதும் நிறைய கேள்வி கேட்பேன். என்னை என்ன கேள்வி கேட்டாலும் சளைக்காம எனக்குத் தெரிஞ்ச பதிலைச் சொல்வேன்.

இப்பிடி விளையாட்டுத்தனமா இருந்துட்டு இருக்கும்போது எங்கப்பா என்னை சாமின்னு நினைச்சி கிண்டல் பண்ணி கும்பிட்டாரா, எனக்கு அந்த விளையாட்டு ரொம்ப பிடிச்சிப் போச்சி. ஒரு நாள் அப்பா ஆஃபீஸ் போயிருந்தாரு, அம்மா தூங்கிக்கிட்டு இருந்தா, நான் சாமி ரூமுக்குப் போய் உம்மாச்சி, நான் கேக்கறதெல்லாம் தருவியா உம்மாச்சின்னு வேண்டினேன்.

ஒடனே ஒரு உம்மாச்சி என் கண் முன்னால வந்து நின்னிச்சி.

12

எல்லா பசங்களும் சிலுத்துக்கிட்டாங்க. என்னாது உம்மாச்சி உன் முன்னால் வந்துச்சா...

ஆமா, எனக்கு முன்னால வந்திச்சி. நாங்க என்ன தெரியுமா பேசிக்கிட்டோம்...

உம்மாச்சி: சொல்லு ஆழி, உனக்கு என்னா வேணும்?

ஆழி: எனக்கு நிறைய சாக்லேட் வேணும்.

உம்மாச்சி: வேணாம் ஆழி, நிறைய சாக்லேட் தின்னா சொத்தைப்பல் வரும்.

ஆழி: சரி, இம்மாம்பெரிய ஐஸ்கிரீம் குடு உம்மாச்சி.

உம்மாச்சி: ஆழி, ஐஸ்கிரீம் கெட்டது ஆழி. சளி பிடிக்கும், டான்ஸில் வரும்.

ஆழி: சரி உம்மாச்சி. எனக்கு ஒரு பெரிய ஜீப் வேணும்.

உம்மாச்சி: உனக்குதான் ஓட்ட வராதே! நீ சின்னப்பையன் வேற. அப்படியே ஓட்டினாலும் டிராஃபிக்ல எல்லாம் உன்னை நசுக்கிடுவாங்க.

ஆழி: போ உம்மாச்சி... சரி எனக்கு சோட்டா பீம் பிடிக்கும். அவனை இங்க வர வை.

உம்மாச்சி: சோட்டா பீம்னே ஒருத்தன் இல்லை ஆழி. அவன் சும்மா கற்பனை பொம்மை. அவனை சும்மா டிவில பாத்துட்டே இருக்கக்கூடாது. மூளையே வேலை செய்யாது. கண்ணு கெட்டுடும்.

ஆழி: எங்க வீட்ல தெருவுல மண்ணுல வெளையாட விட மாட்டேங்குறாங்க. எனக்கு மண்ணுல விளையாடணும் உம்மாச்சி.

உம்மாச்சி: மண்ணுல வெளையாண்டா புண்ணு வந்துடும் ஆழி, வேணாம்.

ஆழி: மழை பெய்ய வய்யி உம்மாச்சி. நான் நனைஞ்சிகிட்டே வெளையாடணும்.

உம்மாச்சி: மழையில நனைஞ்சா சளி பிடிச்சிடும் ஆழி, வேண்டாம்.

ஆழி: என்னா உம்மாச்சி, எதைக் கேட்டாலும் வேணாம் வேணாம்னு அப்பா அம்மா மாதிரியே நீயும் சொல்ற, அப்புறம் நீ எதுக்கு? அப்பா அம்மாவே போதுமே!

உம்மாச்சி: அடப்பாவி ஆழி, எல்லாம் நல்லதுக்குத்தான் ஆழி சொல்றேன். சரி ஆழி, நான் ஒண்ணு சொல்றேன் கவனமா கேளு, உன்னைப்போல ஒம்போது பேரை முதுகுல கருப்பு மச்சத்தோட உருவாக்கியிருக்கேன். அந்த ஒம்போது பேரும் வளந்து யார் என்னை முதல்ல கூப்புடறாங்களோ அவங்களைத்தான் முதல்லா போய் பாக்கலாம்னு இருந்தேன். யாராச்சும் ஒருத்தர் 20 வயசுக்கு மேலதான் என்னைக் கூப்பிடுவாங்கன்னு நினைச்சேன். ஆனா விளையாட்டுத்தனமா நீ சின்ன குழந்தையா இருக்கும்போதே கூப்பிட்டுட்ட. இதுவும் நல்லதுக்குத்தான். நான் உனக்கு சூப்பர் பவர் தரேன், நான் சொல்றபடி கேப்பியா?

ஆழி: சூப்பர் பவர்னா என்னா?

உம்மாச்சி: நீ நினைச்சா என்னா வேணா செய்யலாம்.

ஆழி: டிரெயின் ஓட்டிகிட்டு பறந்து போலாமா?

உம்மாச்சி: போலாம்.

ஆழி: அம்மாவையும் கூட்டிக்கிட்டு போலாமா?

உம்மாச்சி: போலாம்

ஆழி: அப்பன்னா சரி உம்மாச்சி.

உம்மாச்சி இப்ப நாட்டுல எல்லாரும் சுயநலவாதிகள் ஆயிட்டாங்க. குழந்தைகளை பாத்துக்கறதுக்கு யாருமே இல்லை. குழந்தைங்களுக்கு எக்கச்சக்கமா பிரச்சினையும் ஆபத்தும் வந்துடுத்து. நிறையப் பேர் குழந்தைகளைக் கடத்தறாங்க, நிறையப் பேர் குழந்தைகளை வேலை வாங்கறாங்க. குழந்தைகளை துன்புறுத்தறாங்க, இதெல்லாம் யாரும் கண்டுக்கறதில்லை.

முன்னல்லாம் தாத்தா பாட்டி குழைந்தைகளைக் கவனிச்சிக்கிட்டாங்க. அவங்க கதை சொல்லுவாங்க, விளையாட கூட்டிட்டு போவாங்க, யாரையும் குழந்தைங்ககிட்ட நெருங்க விடாம பாத்துப்பாங்க. இப்ப தனிக்குடித்தனம் ஆயிடித்து. ரெண்டு பேரும் வேலைக்குப் போறாங்க. குழந்தைகளைக் கவனிச்சிக்க முடியலை. ஃபேஸ்புக்ல போஸ்ட் போடறதுக்காக குழந்தைங்க கிட்ட கொஞ்சமாவது அன்பா இருக்குற மாதிரி நடிக்கிறாங்க. அப்பா நியூஸ் பாப்பாரு, லேப்டாப் நோண்டுவாரு. அம்மா சீரியல் பாப்பா, போன் பேசுவா, அவளும் லேப்டாப்பை நோண்டுவா. குடும்பமே சீரியல் பாக்கறதால கொழந்தைங்களும் வேற வழி இல்லாம வாணி ராணி, தென்றல், நாதஸ்வரம், தெய்வமகள்னு மொக்கை சீரியலைப் பாத்துட்டு வீணாப்போகுதுங்க. குழந்தைங்க கூட விளையாடற வயசுல சீரியல் பாக்கறது எவ்ளோ பெரிய வன்கொடுமை தெரியுமா?

குழந்தைகளை எங்கயும் வெளில் கூட்டிட்டுப்போறதில்லை, விளையாட விட்றதில்லை, சுற்றுலா கூட்டிட்டுப்போறதில்லை. அதனால உனக்கு சூப்பர் பவர் குடுக்கப்போறேன். அதை வச்சிக்கிட்டு நீ குழந்தைங்களுக்கு எங்க பிரச்சினைன்னு, யாரு கூப்பிட்டாலும் போய் காப்பாத்தணும். குழந்தைகளைக் குஷிப்படுத்தணும், குழந்தைங்க குழந்தைங்களா வளரணும்.

ஆழி: (ஒண்ணும் புரியாமல்) சரி உம்மாச்சி.

உம்மாச்சி: இப்ப உனக்கு நான் சொல்றது புரியாது. சூப்பர் பவர் குடுத்த உடனே புரியும். இதோ தரேன். *(உம்மாச்சி ஆழியோட கருப்பு மச்சத்துல தன்னோட நடு விரலை பதிய வைச்சி அழுக்குறாரு. ஒரு ஒளி ஆழியோட உடம்புக்குள்ள போகுது.)*

ஆழி: உம்மாச்சி, எல்லாம் நல்லா புரிஞ்சிடிச்சி. ஒரே ஒரு சந்தேகம்.

உம்மாச்சி: கேளு ஆழி.

உம்மாச்சி: நான் வளருவனா? இப்டியேதான் இருப்பனா?

உம்மாச்சி: நீ இந்தக் குட்டிப்பையன் உருவத்துல போனாத்தான் குழந்தைகளுக்கு உன்னைப் பிடிக்கும். அதனால குழந்தைகளைக் காப்பாத்த போறப்ப, நீ இப்படிதான் இருப்ப. வீட்ல இருக்கும்போது நீ வளந்துட்டே இருப்ப. எவ்ளோ பெரிய ஆளானாலும் குழந்தைகளுக்காகப் போறப்பா இப்பிடிக் குட்டியாயிடுவ. இப்பிடிக் குட்டியானாத்தான் உனக்கு சூப்பர் பவரே வரும். உன்னோட நார்மல் வாழ்க்கைல உனக்கு சூப்பர் பவர் இருக்காது. உன் குடும்பத்துக்கிட்ட மட்டும் சொல்லிடு, அப்பப்ப நான் குழந்தைகளுக்காக வெளியில போயிட்டு வருவேன்னு, அவ்ளோதான்.

ஆழி: சரி உம்மாச்சி.

உம்மாச்சி: பெஸ்ட் ஆஃப் லக், பை பை.

இந்தக் கதையை ஆழி சொல்லி முடிச்சதும் பசங்கள்ளாம் திறந்த வாயை மூடிச்சிங்க. ஒரு குட்டிப்பையன் ஆஆவ்னு கொட்டாவி விட்டான்.

சரி சரி, எல்லாம் அவங்க அவங்க க்ளாஸ்ல போய் தூங்குங்க. நாளைக்குக் காலைல அட்வென்ச்சருக்குப் போகலாம்னு ஆழி சொல்லிட்டு எழுந்தான்.

யானை, குரங்குங்களுக்கெல்லாம் செக்யூரிட்டி டூட்டி பிரிச்சிக் குடுத்துட்டு, பசங்க தூங்கறப்ப நல்லா பாத்துக்கணும்னு சொன்னான்.

அந்தத் தடியனுங்க கிட்ட போய் முட்டி போட்டது போதும், அப்பிடியே படுத்து தூங்குங்கன்னு சொல்லிட்டு, ரெண்டு யானையைக் கூப்பிட்டு காவல் போட்டான்.

ஆழியும் அபேயா யானை பக்கத்துல போய் படுத்து அதோட தும்பிக்கைல தலை வச்சித் தூங்க ஆரம்பிச்சான்.

13

விடிகாலை 5 மணிக்கெல்லாம் கண் விழிச்சி ஆழி ஒரு ரவுண்ட்ஸ் வந்தான். பசங்க இன்னும் தூங்கிட்டு இருந்தாங்க. கொரங்கெல்லாம் பொறுப்பா காவல் காத்துக்கிட்டு இருந்துதுங்க. யானைங்களும் ஸ்கூலை சுத்தி ரவுண்ட்ஸ் போயிட்டு இருந்திச்சிங்க. குறும்புக்காரக் குட்டி யானை குங்கூ அந்தத் தடியர்கள் தூங்கிக்கிட்டு இருக்கும்போது, தன்னோட தும்பிக்கையால அவங்க மூஞ்சில புஸ்ஸுன்னு காத்து வுட்டு அவங்களை திடுக்குன்னு எழுதுருக்க வச்சிக்கிட்டே இருந்திச்சி.

ஆழி சர்ருன்னு ஒரு மரத்து மேல ஏறி ஒரு பல்லு குச்சி ஒடைச்சான். குச்சியைப் பல்லால கடிச்சி பிரஷ்ஷு மாதிரி ஆக்கிக்கிட்டு விறுவிறுன்னு பல்லு தேச்சான். பல்லு தேச்சி முடிச்சதும் மரத்துக்குக் கீழ ஓடிட்டு இருந்த காட்டாற்றை பாத்தான். மரக்கிளைங்களுக்கு உள்ள போயி உச்சி மரத்துக்கு போனான். அங்கேர்ந்து 3 டைவ் அடிச்சி நடு ஆத்துல குதிச்சான். இவன் குதிச்ச சத்தம் கேட்டு யானைங்களும் ஆத்துக்குள்ள எறங்கி ஆட்டம் போட்டிச்சிங்க. கொஞ்சம் கொஞ்சமா விடிய விடிய பசங்களும் எழுந்து வெளியில் வந்தாங்க.

நாங்களும் குளிக்கப்போறோம்னு சொன்னாங்க. ஆழி கரை ஏறி வந்து எல்லாருக்கும் குச்சியால பல்லு தேய்க்க சொல்லி குடுத்தான். அப்புறம் ஆற்றலையும் இமயாவையும் கூப்ட்டு,

பசங்க எல்லாரையும் எட்டு எட்டுப் பேரா பிரிச்சிக்கோங்க. ஆளுக்கொரு லீடர் போடுங்க. நீங்க ரெண்டு பேரும் லீடர் கிட்ட இன்ஸ்ட்ரக்ஷன் குடுங்க. பசங்க சாப்புடறாங்களா, உடம்புக்கு ஏதாச்சும் வருதா, நல்லா விளையாடறாங்களா, சந்தோஷமா இருக்காங்களா, தொலையாம இருக்காங்களான்னு லீடர்ஸ் பாத்து உங்க கிட்ட ரிப்போர்ட் பண்ணணும். நீங்க எனக்குச் சொல்லணும்.

மலை, ஆறு, புயல், தென்றல், அருவி, கடல், ஏரி, ஓடை, நிலா-ன்னு ஒவ்வொரு குரூப்புக்கும் பேர் வச்சிடுங்கன்னு சொல்லிட்டு, ஒவ்வொரு குரூப்பையும் பல் தேய்ச்சி முடிச்சதும் ஆழம் எவ்ளோ இருக்குன்னு காட்டி, ஒவ்வொரு குழுவுக்கும் ஒரு யானையை உதவியா போட்டுக் குளிக்கச்சொன்னான்.

தண்ணி நல்லா வேகமா ஓடிச்சி. சில குழந்தைங்க பயந்துச்சிங்க. பயப்படும் குழந்தைங்க கரை ஓரமா ஒக்காந்து குளிங்க, பயம் போனதும் ஆத்துக்கு உள்ள வரலாம்னு சொல்லிட்டான் ஆழி.

ஆற்றலும் இமயாவும் சுழண்டுகிட்டு ஓடும் தண்ணியில் படார் படார்னு அள்ளி தெளிச்சிக் குளிக்கும் குழந்தைகளைக் கண்காணிச்சிக்கிட்டே குளிச்சிட்டு இருந்தாங்க. ஆறு போற வேகத்துக்கு ஏதாவது பசங்க இழுத்துட்டு போனா யானை அந்தக் குழந்தையைத் தூக்கித் திரும்ப கும்பல்ல போட்டிச்சி. பாறையைப் பிடிச்சிக்கிட்டு சில பசங்க குளிச்சிட்டு இருந்தாங்க. அவங்க மேல எல்லாம் யானைங்க தண்ணியை வாரி ஷவர் மாதிரி அடிச்சிதுங்க.

சில பசங்க மரத்து மேல ஏறி டைவ் அடிக்கணும்னு ஆழிகிட்ட கேட்டாங்க. வேணாம்டா குட்டிங்களா, எங்க பாறை, எங்க பள்ளம்னு உங்களுக்குத் தெரியாது. பழகினாத்தான் தெரியும். அதனால் இப்ப டைவ் அடிக்க வேணாம்னு சொல்லிட்டான். அதுக்கு பதிலா, ஒரு இடத்துல ஆழம் பாத்து, அந்த இடத்துல யானையை நிக்க வச்சி அதும் மேல ஏறிக் குதிக்கச்சொன்னான். அந்த யானை மேல் ஏத்திவிட இன்னொரு யானை வந்திச்சி.

கொஞ்சம் முரண்டு பிடிக்கும் பசங்களை யானை தூக்கி

ஜாலியா தண்ணியில ஒரு முங்கு முங்கிச்சி. அலறி அடிச்சி சைலண்ட் ஆனாங்க அந்தப் பசங்க.

எல்லாப் பசங்களும் ஜாலியா குளிச்சி முடிச்சி கரை ஏறினாங்க. ஆற்றலும் இமயாவும் பசங்க கரக்டா இருக்காங்களான்னு எண்ணி ஆழி கிட்ட சொன்னாங்க.

பசங்கள்ளாம் பசிக்கிதுன்னு சொன்னாங்க. ஆழி ஏதாவது ஏற்பாடு பண்ணலாம்னு நினைச்சிட்டு யானைங்களையும் குரங்குங்களையும் பார்த்தான். குமாரோவும் ரில்லியும் முன்னால வந்து நின்னிச்சிங்க. அந்த நேரத்துல திரும்பவும் ஜீப் சத்தம் கேட்டிச்சி.

நேத்து வீட்டுக்குப் போன டாக்டர் வந்திட்டு இருந்தாரு.

வந்ததும், எல்லா குழந்தைங்களுக்கும் பிரட், பட்டர், ஜாம், ஆம்லெட், கார்ன், பாலும் எடுத்துட்டு வந்திருந்தாரு. எல்லாரும் சாப்பிடுங்கன்னாரு. பசங்க எல்லாம் குளிச்ச பசிக்கு அடிச்சி பிடிச்சி சாப்டாங்க. உங்களைப் பாத்தா எடுத்துட்டு வர்ர ஆளு மாதிரி தெரியலையேன்னு சிரிச்சிக்கிட்டே கேட்டான் ஆழி.

ரைட்டுதான் ஆழி. நம்ம மண்டைக்கு இதெல்லாம் எங்க தோணப் போகுது. நல்லா தூங்கிட்டு இருந்தேன். என்

பொண்டாட்டிதான் எழுப்பினா. நேத்து நைட்டு பசங்கள்ளாம் ஸ்கூல்ல இருக்காங்கன்னு சொன்னீங்களே, யாரு அவங்களுக்கு டிஃபன் தருவான்னு என்னை எழுப்பித் துரத்தினா. நேத்து நைட்டு குழந்தைங்கள விட்டுட்டு வந்ததே தப்புன்னு நைட்டு திட்டினான்னு சொன்னாரு.

சரி அபேயாவைப் பாருங்கன்னான் ஆழி.

டாக்டர் அபேயா யானையை செக் பண்ணி பாத்துட்டு, கொஞ்சம் தேவலாம். எழுந்து நடக்கலாம்னு சொல்லிட்டு, கட்டைப் பிரிச்சித் திரும்பவும் மருந்து வச்சிக் கட்டினாரு. அபேயா கம்பீரமா எழுந்து நின்னிச்சி. எழுந்து நின்னதும் தன்னைச் சுட்ட அந்தத் தடியர்களைக் கோவமா ஒரு பார்வை பாத்துச்சி. பயத்துல அந்தத் தடியர்கள் பேண்ட்லயே உச்சா போயிட்டாங்க.

14

காட்டுக்கு உள்ள பயணம் பண்றதுக்கு பசங்க எல்லாரும் தயாரா இருந்தாங்க. அபேயாவும் தயார், மத்த யானைங்களும் ரெடி. அப்பதான் ஒரு புலி வந்திச்சி. வா சூரா, எங்க இவ்ளோ நேரமா உன்னை ஆளைக் காணோம்னான் ஆழி.

என்ன பண்றது ஆழி? உனக்குத் தெரியாதா? புலிங்க நாங்க ரொம்ப குறைவாத்தானே இருக்கோம். இவ்ளோ பெரிய காட்ல கொஞ்சூண்டு புலிங்கதான் இருக்கோம். மத்த புலிங்களையெல்லாம் வேட்டைன்ற பேர்ல கோழைங்க துப்பாக்கியால சுட்டுக் கொன்னுட்டானுங்க. செத்த புலிக்கும் சேத்து நாங்கதானே டூட்டி பாக்க வேண்டியிருக்குன்னு அலுத்துக்கிச்சி சூரா.

என்னாது? டூட்டியா? புலி என்னா டூட்டி பாக்கும்னு இமயா கேட்டா.

இமயா, உணவுச் சங்கிலின்னு ஒண்ணு இருக்கு. அதுல உச்சில இருப்பது புலிதான். புலிங்க தேவையான அளவு இருந்து தேவையான அளவு மத்த மிருகங்களைச் சாப்டாத்தான் உணவுச் சங்கிலி அறுபடாம காட்டு வாழ்க்கை ஜம்முன்னு இருக்கும். சுற்றுச்சூழலும் கெடாம இருக்கும். ஆனா நம்ம தாத்தா காலத்துல ஆளுங்க வெட்டி வீரம்ங்கிற பேர்ல புலிங்களை நெறைய சுட்டுக் கொன்னுட்டாங்க. இப்ப கொஞ்சம்

புலிங்கதான் இருக்கு. புலிங்களை நாம் காப்பாத்தினாத்தான் நமக்கு எதிர்காலம் நல்லா இருக்கும். காடும் சூப்பரா இருக்கும்னு ஆழி சொன்னான்.

ஆமா ஆமா, எங்கப்பா கூட சேவ் டைகர்னு ஏதோ எங்கம்மா கிட்ட சொல்லிட்டு இருந்தாருன்னு ஆற்றல் சொன்னான்.

சரி சூரா, எங்க கூட டிரிப் வர்றியான்னு ஆழி கேட்டான்.

ஓ ஜோரா வரேனேன்னு சூரா சொல்லிச்சி.

ஓகே, நீதான் எங்களுக்கு வழிகாட்டி. நீ முன்னால போ நாங்க பின்னால வர்றோம்னு சொன்னான் ஆழி.

எங்க போகணும் முதல்லன்னு கேட்டிச்சி சூரா.

சர்வாங்க மலை சித்தர்கிட்ட போகணும். இந்தத் தடியர்களை அன்பான அடிமைகளா மாத்தணும்னு சொன்னான் ஆழி.

சூரா பாய்ஞ்சி முன்னால போச்சி.

நாலு யானைங்க அதும்பின்னால போச்சி.

மயிலுங்க மரத்துல இருந்து பறக்க ஆரம்பிச்சிதுங்க.

குரங்குங்க தாவித் தாவி ஓட ஆரம்பிச்சிதுங்க.

பசங்க குழு குழுவா சூரா பின்னாலயே போனாங்க.

எல்லா பசங்களுக்கும் முன்னாலயும் பின்னாலயும் ஆழி போய் போய் வந்துட்டு இருந்தான்.

கடைசியா கொஞ்சம் யானைங்க வந்துட்டு இருந்துது.

மான்களும் முயல்களும் பசங்க நடுவுல வெளையாட்டுக் காட்டிக்கிட்டே போயிட்டு இருந்திச்சிங்க.

தடியர்களை மிரட்டி மிரட்டி அபேயா தள்ளிக்கிட்டு வந்துட்டு இருந்திச்சி.

இந்தக் காட்டு ஊர்வலம் கலர்ஃபுல்லா சர்வாங்க மலை சித்தர் இருக்கும் இடத்துக்கு ஜாலியா போயிட்டு இருந்திச்சி.

15

காலை நேரங்கறதால பயணம் ஜாலியா இருந்திச்சி. சிலு சிலுன்னு காத்து, லேசா தூறல்னு பசங்களுக்கு நடக்கறதுல கஷ்டமே தெரியலை. வழியில சின்னச்சின்னச் செடியில விதவிதமா குட்டிக்குட்டி பழங்கள் செவப்பா தொங்கிட்டு இருந்திச்சி. ஆழி கிட்ட சாப்பிடலாமான்னு கேட்டுப் பறிச்சி சாப்டுகிட்டே போயிட்டு இருந்தாங்க. திடீர்னு சில பசங்க ஆஆ... ஆ... ஆ... ஆ... ஆன்னு கத்த ஆரம்பிச்சாங்க. கால்ல எதோ பூச்சி கடிக்கிதுன்னு கத்தினாங்க. அவங்க கால்ல இருந்து ரத்தம் லேசா ஊத்த ஆரம்பிச்சிது. ஆழி, யாரும் கத்தாதீங்க, யாரும் பயப்பட வேணாம், இது அட்டைன்னு சொன்னான். இது கடிச்சி நம்ம கெட்ட ரத்தத்தை உறிஞ்சி எடுத்திடும்னான். தன்னோட பையில் இருந்து கொஞ்சம் உப்பு எடுத்து கடிச்சிட்டு இருந்த அட்டை மேல போட்டான். உப்பு போட்டதும் அட்டை கால்ல இருந்து பிச்சிக்கிட்டு கீழ வுழுந்திச்சி. எல்லாரும் கால்ல இந்த உப்பைத் தடவிக்கோங்கன்னு சொன்னான். எல்லாரும் உப்பைத் தடவிகிட்டாங்க.

ஒரு சின்ன காட்டாறு குறுக்க வந்திச்சி. தண்ணி வேகமா ஓடிட்டு இருந்திச்சி. பெரிய பெரிய பாறைங்க ஆத்துக்கு நடுவுல இருந்திச்சி. முதல்ல யானைங்களை வரிசையா ஆத்துக்குக் குறுக்கால படுக்கச்சொல்லிட்டு பசங்களை யானைங்க மேல

ஏறி அந்தப் பக்கம் போகச் சொன்னான் ஆழி. எல்லாரும் கொஞ்சம் பயத்தோட அந்த ஆத்தைத் தாண்டினாங்க.

திரும்பவும் லேசா இருட்டிக்கிட்டு வர்ர மாதிரி இருந்துச்சி. மழை வரும்போல இருக்கு ஆழின்னா இமயா.

ஆமா மழை வரும்போலத்தான் இருக்கு. கொஞ்சம் வேகமா நடங்கன்னான் ஆழி.

எல்லோரும் வேகமா நடந்து சர்வாங்க மலைக்கு வந்தாங்க. ஒரு சின்னக் குகை போல வழி இருந்திச்சி. அதுக்குள்ள யானைங்களால் நுழைய முடியாது. நீங்க எல்லாம் குகைக்கு வெளியிலயே நின்னுக்கோங்க, ரொம்ப டயர்டா இருப்பீங்க, அதனால் எல்லாரும் போய் சாப்ட்டு வந்து தூங்குங்க, நான் வந்து எழுப்பறேன்னு சொல்லிட்டு, பசங்களை மட்டும் குழு குழுவா குகைக்கு உள்ள போகச்சொன்னான் ஆழி.

அருவி குழு முதல்ல குகைக்குள்ள போச்சி. போன உடனே திரும்பி வந்துடுச்சி.

குகைக்கு உள்ள ஒரே கும்மிருட்டா இருக்கு ஆழி, வழியே தெரியலை அங்கங்க இடிச்சிக்கிறோம். ஏதோ வண்டுங்க வேற இருக்கு போலருக்கு, ர்ர்ரொய்ங்குன்னு சத்தமா கேக்குதுன்னு சொன்னாங்க அருவி குழுவில் இருக்கும் பசங்க.

முதல்ல அப்படித்தான் இருக்கும். கொஞ்ச நேரம் குகைக்குள்ளயே இருந்தா கண்ணு பழகிடும். அப்புறம் உள்ள நடந்து போலாம். கொஞ்ச தூரம் போனதும் சின்ன சின்ன ஓட்டை வழியா சூரிய வெளிச்சம் வரும், போயிடலாம். பயப்படாம வாங்கன்னு சொல்லிட்டு ஆழி முன்னால உள்ள போனான்.

கொஞ்ச நேரத்துல கண்ணு பழகிச்சி. கொஞ்சம் கொஞ்சமா தெரிய ஆரம்பிச்சிது. பாதை வளைஞ்சி நெளிஞ்சி போச்சி. சில எடத்துல படுத்துகிட்டு முட்டி போட்டுகிட்டு நகர வேண்டியதாப் போச்சி. கொஞ்ச தூரம் போனதும் ஒரு சுனையில இருந்து தண்ணி ஒழுகிட்டு இருந்திச்சி. ஆழி அதை எடுத்து குடிச்சி பாத்துட்டு, எல்லா பசங்களும் தண்ணி குடிச்சிக்கோங்க,

சுத்தமான தண்ணி, மூலிகைத் தண்ணி, உடம்புக்கும் நல்லது, தாகமும் தீர்ந்து சுறுசுறுப்பா மேல போகலாம்னு சொன்னான்.

பசங்க எல்லாம் குழு குழுவா சுனைத் தண்ணிய கையால எடுத்துக் குடிச்சாங்க. தண்ணி நல்லா ஜில்லுன்னு இருந்திச்சி.

ஆழி செம்ம டேஸ்ட், ஐஸ்கிரீமே வேணாம் ஆழி, அவ்ளோ டேஸ்டா இருக்குன்னு சொன்னா இமயா.

எல்லாரும் தண்ணி குடிச்சி முடிச்சதும், மேல நகர்ந்து நகர்ந்து குகைக்குள்ள போக ஆரம்பிச்சாங்க.

முன்னால போயிட்டு இருந்த அருவி குழுவுல இருந்து லபோ திபோன்னு சத்தம் கேட்டிச்சி.

ஆழி சீக்கிரம் இங்க வா, இங்க வான்னு ஒரே சத்தம்.

ஆழி குகையில் இருக்கும் பாறைங்க மேல ஏறி அதுல தொத்தி, மேலேயே தாவித் தாவி ஓடினான்.

16

ஒரு பையன் நடக்க முடியாம லேசா மயங்கி சரிஞ்சிருந்தான். தன்னோட பையில் இருந்து தண்ணி பாட்டிலை எடுத்து அந்தப் பையனோட மூஞ்சில தெளிச்சி, குடிக்கச் சொன்னான். பையில இருந்து ஆக்ஸிஜன் சிலிண்டர் எடுத்தான்.

இங்க ரொம்ப அடைப்பா இருப்பதால ஆக்ஸிஜன் கொஞ்சம் கம்மியா இருக்கு, அதனாலதான் இந்தப் பையன் சுவாசிக்க முடியாம மயங்கிட்டான். நான் இவனை சரி பண்ணி கூட்டிட்டு வரேன், நீங்க சீக்கிரம் முன்னால போங்க, இன்னும் கொஞ்ச தூரத்துல் சின்னச் சின்ன ஓட்டைங்க நிறைய இருக்கும். நிறைய ஆக்ஸிஜன் கிடைக்கும், சீக்கிரம் போங்க க்விக் க்விக்ன்னான்.

எல்லாரும் வேகமாப் போக ஆரம்பிச்சாங்க.

ஆழி மயங்கிக்கிட்டு இருக்கும் பையனுக்கு ஆக்ஸிஜன் சிலிண்டரை மூக்குல மூச்சி இழுக்குற மாதிரி வச்சான். அந்தப் பையனும் கொஞ்ச நேரம் இழுத்து, உற்சாகமா எழுந்தான்.

நல்லா மூச்சை இழுத்து இழுத்து விடு. தண்ணி குடி. கொஞ்சம் ஆக்ஸிஜன் கம்மியா இருந்தாலும் பயந்துக்காதே, கிடைக்கிற வரைக்கும் நல்லா இழுத்து மூச்சி விடு, சீக்கிரம் போய்டலாம்னு சொன்னான்.

ரெண்டு பேரும் வேக வேகமா முன்னால போன குழுக்களைப் பிடிக்கணும்னு ஓட ஆரம்பிச்சாங்க.

சின்னச் சின்ன ஓட்டை இருக்குற இடத்துல பசங்க எல்லாம் நின்னுகிட்டு இருந்தாங்க. சூரிய ஒளி அழகா நூத்துக்கணக்கான ஓட்டைங்க வழியா ஒளி நடனம் ஆடிட்டு இருந்தது. அந்த இடம் ஒரு குட்டி விளையாட்டு மைதானம் போல இருந்திச்சி. எல்லா பசங்க மூஞ்சிலயும் டார்ச் லைட் அடிச்சது போல ஒரு சூரிய ஒளிக்கதிராவது விழுந்துட்டு இருந்திச்சி. அழகா இருக்கும் குட்டிப்பசங்க இன்னும் கொள்ளை அழகா தெரிஞ்சாங்க.

ஆழியும் அந்தப் பையனும் அங்க வந்து சேந்தாங்க.

இனிமே ஆக்ஸிஜன் பிரச்சினை இல்லை. இன்னும் கொஞ்ச தூரம்தான். ஆனா போற வழியில் நிறைய வௌவால் வரும், பயப்படாதீங்கன்னான் ஆழி. அய்யய்யோ, வௌவால்னா எனக்கு பயம், வௌவால்னா எனக்கு அருவருப்பு, வௌவால்னா எனக்கு அலர்ஜின்னு சில பசங்க கத்தினாங்க.

ச்சே ச்சே, வௌவாலால ஒரு பிரச்சனை இல்லை. வௌவால் நம்மளைக் கடிக்காது. அது பாட்டுக்கும் அங்கயும் இங்கயும் பறந்துட்டு இருக்கும். நாம பாட்டுக்கும் போலாம்னான். அது மட்டுமில்லாம நிறைய கலர் கலர் பூச்சிங்க பறக்கும். அதுங்களும் கடிக்காது, ஆன இருட்டு போயி, கலர்ஃபுல்லா இருக்கும்னான்.

இதைக் கேட்டு பசங்க ஜாலியாயி முன்னால நடக்க ஆரம்பிச்சாங்க.

வௌவால்கள் இங்கயும் அங்கயும் பறக்க ஆரம்பிச்சிதுங்க. முதல்ல பயந்த பசங்க, கொஞ்ச நேரத்துல பயம் போய், அதை கையால் தட்ட பாத்தாங்க. நூத்துக்கணக்கான வௌவால்கள் பறந்தாலும் எந்தப் பசங்க கைலயும் மாட்டலை.

ஒரு கட்டத்துல இது ஒரு விளையாட்டா மாறிப்போச்சி. எல்லா குழந்தையும் எம்பி எம்பி வௌவாலை தட்ட பாத்துட்டு இருந்தாங்க. இந்த விளையாட்டுல தடியன்களும் கலந்துகிட்டானுங்க.

விளையாடிக்கிட்டே நடங்கன்னு சொன்னான் ஆழி.

கொஞ்ச தூரம் நடந்ததும் ஆயிரக்கணக்கான வானத்து நட்சத்திரங்கள் அப்படியே கீழே எறங்கி வந்த மாதிரி சின்னதும் பெருசுமா லட்சக்கணக்கான வண்ண வண்ணப் பூச்சிங்க மெல்லமா மேல ஊர்ந்துட்டு இருந்துதுங்க. கிரிக்கெட் ஸ்டேடியத்துல ஃப்ளட் லைட் போட்டது மாதிரி ஆயிடிச்சி. எல்லா பூச்சியும் ஒரே வேகத்துல வேற வேற திசையில நகந்துகிட்டு இருந்தது ரகளையா இருந்திச்சி, அதே சமயத்துல ஒவ்வொரு டிசைன் உருவாயி கலைஞ்சிகிட்டே இருந்திச்சி. பசங்க எல்லாம் ஆன்னு வாயைப்பொளந்து பாத்துக்கிட்டு இருந்தாங்க. உள்ள போக போக அந்தக் கலர் பூச்சிங்க வானத்து போர்வை போல வந்துட்டே இருந்திச்சி.

ஒரு பையன் கீழ கெடந்த கல்லை எடுத்து அந்த பூச்சிங்களைப் பாத்து விட்டு அடிச்சான்.

அவ்ளோதான் என்னா ஆச்சின்னா...

17

அந்தக் கல்லு போறத பாத்தா ஆழி அந்தக் கல்லை விட வேகமா பறந்து போயி அந்தக் கல்லைப் பிடிக்க பாத்தான். அதுக்குள்ள அந்தக் கல்லு வண்ண பூச்சிகளின் மேல அடிச்சிடிச்சி. அந்தப் பூச்சிங்க மலை மலையா கீழ இறங்கி வந்து கல்லால அடிச்ச அந்தப் பையன் உடம்புல அப்படியெ அப்பிடிச்சிங்க. அந்தப் பையனே மறைஞ்சிட்டான். அந்தப் பூச்சிங்க மேல பறக்க ஆரம்பிச்சிதுங்க. பையன் உருவத்துல பூச்சிங்க இருந்திச்சி. பூச்சிங்க கூட சேர்ந்து பையனும் பறந்து பறந்து மறைஞ்சி போயிட்டான்.

பயந்துகிட்டே பசங்க பாத்துட்டு இருந்தாங்க.

ஆற்றல்தான் கேட்டான், ஆழி, மேகனை பூச்சிங்க தூக்கிட்டு போயிடுத்தே, என்னா செய்யறது? இதைக் கேககறப்ப ஆற்றலுக்கு கண்ணு கலங்கிடிச்சி.

இந்த ஏரியா முழுக்க சர்வாங்க மலை சித்தரோட கட்டுப்பாடுதான். அதனாலதான் நானும் பூச்சிங்களைத் தடுக்கலை. வாங்க முன்னால போகலாம். சித்தரைப் பாத்து நடந்ததை சொல்லுவோம் ஏதாவது செய்வார்னு சொன்னான்.

மத்த பசங்க எல்லாம் முகம் வாடி இருந்தாங்க.

பசங்களா, இதைப்போல இனிமே தேவையில்லாம எதையும்

செய்யாதீங்க. காடுக்குள்ளயோ, குகைக்குள்ளயோ போறப்ப அங்க இருக்குற உயிருங்களை தொந்தரவு செய்யாம போகணும், ஓகே வான்னு கேட்டான் ஆழி!

எல்லா பசங்களும் பயத்தோட மண்டையை ஆட்டினாங்க. ஆற்றல் முன்னால வேகமாப் போனான். பசங்க எல்லாரும் பின்னால போனாங்க. கடைசியா இமயா வந்துட்டு இருந்தா.

ஒரு திருப்பத்தில் பட்டுன்னு நின்னுட்டான் ஆற்றல். கடகடன்னு பின்னால் ஓடிவந்தான். மூச்சி மேலயும் கீழயும் வாங்கிச்சி.

ஆழி, என்ன பிரச்சனை ஆற்றல்? ஏன் இப்படி பயந்து போயிருக்கேன்னு கேட்டான்.

ஆழி, வழியில் பெருசா புலி சைஸுக்கு ஒரு தேள் நின்னுட்டு இருக்கு. அதோட கொடுக்கே நீட்ட ஏணி போல இருக்கு. என்னை கொத்த கொடுக்க நீட்டிச்சி, ஓடியாந்துட்டேன்னு சொன்னான்.

நீங்க எல்லாம் கொஞ்சம் பின்னால போங்க, நான் போயி என்னான்னு பாக்கறேன்னு முன்னால போனான் ஆழி.

பசங்க எல்லாம் பின்னால போனாங்க.

பள பளன்னு ஒரு தேள் நின்னுட்டு இருந்திச்சி. அதோட கொடுக்கு அந்தரத்துல ஆடிட்டு இருந்திச்சி. கண்ணு நெருப்பு உண்டை கொதிச்சிட்டு இருந்தது போல இருந்திச்சி. ஒரு நிமிடம் அதைப் பாத்து ஆழி குழம்பி நிக்கிறப்ப, விறு விறுன்னு முன்னால வந்து ஆழியை கொடுக்கால இழுத்து தன்னோட காலுக்கு கீழ போட்டு, ரெண்டு மெதி மெதிச்சி, திரும்பவும் தன்னோட கொடுக்கால தூக்கி ரெண்டு சுத்து சுத்தி தூர வீசி எறிஞ்சிச்சி.

ஆழி எல்லா பசங்க மேலயும் பறந்து போய் இமயாவைத் தாண்டி பொத்துன்னு விழுந்தான். அந்தப் பெரிய தேள் பசங்களை நோக்கி முன்னேறி வந்திச்சி. பசங்க எல்லாம் பயந்துகிட்டு பின்னால் ஓடினாங்க. ஆழியைத் தாண்டி

ஓடினாங்க. திரும்பவும் முன்னாலயே ஓடி வந்தாங்க. ஏன்னா பின்னாலயும் ஒரு பெரிய தேள் நின்னுட்டு இருந்திச்சி.

18

பசங்க வசமா மாட்டிக்கிட்டாங்க. முன்னாலயும் போக முடியாது. பின்னாலயும் போக முடியாது. ரெண்டு பக்கமும் ராட்சஸ தேள் நின்னுட்டு இருக்கு. ஆழிக்குக் குழப்பமா இருந்திச்சி. ஏன் இந்தப் பிரச்சனை?

முன்னால் இருந்து வந்த தேள் கூட, வந்திருக்க வாய்ப்பு இருக்கு. பின்னால் எப்படி தேள் வந்திச்சி? நாம்ப வர்ர வழியில பாக்கவேயிலையே? குகைக்குள்ள வேற வழியும் கிடையாது. எப்பிடி வந்திருக்கும்னு யோசிச்சான். யோசிக்க எல்லாம் நேரமில்லை, சண்டை போட வேண்டியதுதான்னு முடிவு பண்ணான்.

பசங்களை எல்லாம் குகைச்சுவரை ஒட்டி நின்னுக்கச் சொன்னான். பசங்க பயத்துல சுவத்தோட ஒண்டிகிட்டாங்க. ஆழி கீழ கிடந்த ரெண்டு கல்லை கைல எடுத்துகிட்டான். முன்னால நின்னுட்டு இருக்குற தேளை நோக்கிப் போனான். தேள் ஆழியைப் பாத்ததும் ஆவேசமா கொடுக்கைத் தூக்கி ஆட்டிச்சி. கைல வச்சிருந்த கல்லைக் குறி பாத்து தேளோட கொடுக்கை பாத்து எறிஞ்சான். தேளு தன்னோட காலால அந்தக் கல்லைக் கப்புன்னு புடிச்சிகிச்சி. திரும்பவும் இன்னொரு கல்லையும் தேளைப் பாத்து அடிக்கிற மாதிரி ஆக்ஷன் காட்டினான். தேளு டக்குன்னு மல்லாக்கப் படுத்துக்கிட்டு,

தன்னோட காலால் ஆழியைக் கல்லால் அடிக்க குறி பாத்துச்சி. ஆழி சடார்னு குகைப் பக்கவாட்டு சுவத்துல இருக்குற பாறையைப் பிடிச்சி மேல் மேல ஏறினான். மேல ஏறி ஒரு பாறையில் இருந்து இன்னொரு பாறைக்குத் தாவிட்டே இருந்தான். தேளு ஆழியைக் குறி பாத்து கல்லை எறிஞ்சிது. ஆழி டகால்னு அந்தரத்துலயே வேற பாறைக்கு மாறிட்டான். தேளு எறிஞ்ச கல்லு மேல பறந்துட்டு இருந்த வண்ணப் பூச்சிங்க மேல போயி பட்டுது.

அவ்ளோதான்! அப்புறமென்ன? லட்சக்கணக்கான வண்ண பூச்சிங்க ஜிவ்வுன்னு கீழ வந்திச்சிங்க. கவுந்தடித்து கிடந்த தேளை மொச்சிதுங்க. தேள உடம்பே தெரியாத அளவுக்கு மொய்ச்சி மேலே பறக்க ஆரம்பிச்சிதுங்க. தேளும் பூச்சிங்க கூடயே பறந்து காணாமப்போச்சி. இதைப் பாத்துட்டு இருந்த பசங்க ஜாலியா கத்திக்கிட்டே கைதட்டினாங்க. ஆழி மேல இருந்து சொய்ங்குன்னு பறந்துகிட்டே கிழே இறங்கினான்.

ஆழி, இதே போல பின்னால நின்னுட்டு இருக்குற தேளையும் பண்றியான்னு இமயா கேட்டா.

வேணாம் இமயா, நாம் முன்னாலதான போகணும்? அந்த வழி க்ளியர் ஆயிடிச்சி இல்லையா? ஏன் பின்னால போய் வெட்டியா அந்தத் தேளை இப்படி பண்ணனும்? பின்னால் இருக்குற அந்தத் தேளுக்கு இங்க என்ன நடந்துச்சின்னே தெரியாது. அது சும்மா நின்னுட்டு இருக்கும், நாம் முன்னால போகலாம். அது நம்மளைத் துரத்திட்டு வந்தா பாத்துக்கலாம்னு சொன்னான்.

எல்லா பசங்களும் வேகமா முன்னால போக ஆரம்பிச்சாங்க.

வழியில எங்கயும் நிக்காம போயிட்டே இருந்தாங்க. திடீர்னு பாத்தா படீர்னு பரந்து விரிஞ்ச பெரிய மைதானம் போல ஒரு இடம் வந்திச்சி. மைதானம்னா, ஆயிரம் மைதானத்தை சேத்து வச்சா எப்பிடி இருக்கும் அவ்ளோ பெரிய மைதானம்.

எல்லா இடத்துலயும் அழகா புல்லு மொளைஞ்சி இருந்திச்சி. வித விதமான பூவுங்க பூத்துத் தொங்கிச்சி. என்ன பழம்னே

தெரியாத பல பழங்க காய்ச்சித் தொங்கிட்டு இருந்திச்சி. வயலட் கலர்ல நீட்டா ஒரு பழம், ரோஸ் கலர்ல வளையல் போல ஒரு பழம், வானவில் கலர்ல வானவில் போலவே ஆர்க் மாதிரி ஒரு பழம்னு வித விதமா பழங்கள். மைதானத்துக்கு ரெண்டு பக்கமும் ஏரி மாதிரி தண்ணி இருந்திச்சி. நடுவுலதான் அந்தப் பெரிய மைதானம். தண்ணி சுத்தமா தெளிவா இருந்திச்சி. அதுக்குள்ள சில செடிங்க வளந்து இருந்திச்சி. அந்த செடிங்கள்ள கலர் கலர் பூ, அப்புறம் கலர் கலர் பழங்க பழுத்துத் தொங்கிச்சி. தண்ணிக்கு உள்ள போனாத்தான், அதைப் பறிச்சி திங்க முடியும். அந்தத் தண்ணிக்கு உள்ள மனுஷங்க சில பேர் சர்வ சாதாரணமா நடந்து போயிட்டு இருந்தாங்க. உத்துப்பாத்தாதான் தெரிஞ்சிது, அவங்க ரொம்ப ஆழத்துல சிரிச்சிக்கிட்டே நடந்து போயிட்டு இருந்தாங்க. தண்ணிக்கு அடியில பல வீடுங்க இருந்திச்சி. பசங்க நடந்து நடந்து எல்லாத்தையும் பாத்துக்கிட்டே போயிட்டு இருந்தாங்க. கொஞ்ச தூரம் போயி பாத்தா, தண்ணிக்கு அடியில் கார், பஸ்ஸு எல்லாம் ஓடிட்டு இருந்திச்சி. கொஞ்சம் பசங்க தண்ணிக்கு அடியில ஆழத்துல கிரிக்கெட் ஆடிட்டு இருந்தாங்க.

வேகமா போட்ட ஃபுல்டாஸ் பாலை மடக்கி ஸ்பீடா அடிச்சான் ஒருத்தன். பந்து வேகமா மேல மேல வந்து பசங்க நின்னுட்டு இருந்த தரையில் வந்து விழுந்திச்சி. அம்பையர் தண்ணிக்கு அடியில் எய்ட்டர்னு கையைத் தூக்கிக் காமிச்சார். ஒருத்தன் சர்ருன்னு தண்ணிக்கு மேல வந்து பந்தை எடுத்துட்டு திரும்பவும் சர்ருன்னு தண்ணிக்குள்ள போயிட்டான்.

இதையெல்லாம் பாத்துகிட்டே வந்த பசங்களுக்கு பயங்கர வேடிக்கையா இருந்திச்சி. என்னா ஆழி இங்க தண்ணிக்குள்ள ஒரு உலகம்னு அதிசயமா கேட்டிச்சிங்க. ஆமா, இது சர்வாங்க மலை சித்தரோட உலகம். அவரோட அனுமதி இல்லாம இங்க யாரும் வரமுடியாது. முதல்ல அவரைப் பாப்போம், அவரு எல்லாத்தையும் சொல்லுவாருன்னு சொன்னான்.

அவரை எங்க போயி பாக்குறதுன்னு ஆற்றல் கேட்டான்.

அவர் எங்கயும் இருப்பாரு. இப்ப பசங்க எல்லாம் ஆறு

வரிசையா ஒக்காருங்க. நானும் ஒக்காந்து அவரை மனசுல நினைச்சி, இங்க வாங்கன்னு சொல்லுவேன். அவரு வருவாரு. நான் சொல்ற வரைக்கும் எல்லாரும் கண்ணை மூடிக்கிட்டு இருக்கணும், நான் சொன்னதுக்கு அப்புறம்தான் கண்ணைத் திறக்கணும்னு சொன்னான். நடுவுல கண்ணைத் திறந்தா காணாமப்போயிடுவீங்கன்னு சொன்னான்.

பசங்க எல்லாம் 6 வரிசையில ஒக்காந்தாங்க. ஆழி அவங்க எதிர்க்க ஒக்காந்து கண்ணை மூடி சர்வாங்க மலை சித்தரை நினைச்சி, இங்க வாங்கன்னு மனசுக்குள்ள சொல்ல ஆரம்பிச்சான்.

19

கண்ணைத் திறக்கலாம்னு ஆழி மனசுக்குள்ள ஒரு சத்தம் கேட்டிச்சி. ஆழி கண்ணைத் திறந்தான். சிக்குன்னு ஒரு சித்தர் சிரிச்சிகிட்டே ஆழிக்கு முன்னால ஒரு பெரிய கட்டில்ல ஒக்காந்து இருந்தாரு. ஆழி ஒரு சேர்ல ஒக்காந்து இருந்தான். ஆழி மத்த பசங்களை கண்ணைத் திறக்கச் சொன்னான். எல்லாரும் கண்ணைத் திறந்தாங்க. எல்லா பசங்களும் ஆளுக்கு ஒரு குஷன் சேர்ல ஒக்கந்துட்டு இருந்தாங்க. ஒவ்வொரு நாற்காலியும் யானை, பூனை, சிங்கம், புலி போல இருந்துது பாக்கறதுக்கு. பசங்க சுத்தும் முத்தும் பாத்தப்பதான் தெரிஞ்சிது, அவங்க வெட்ட வெளியில இல்லைன்னு. ஒரு பெரிய மாளிகைக்கு உள்ள இருந்தாங்க. அந்த மாளிகைக்கு உள்ளயே ஒரு அருவி ஊத்திகிட்டு இருந்திச்சி. ஒரு ஆறு சுழிச்சி சுழிச்சி ஓடிட்டு இருந்திச்சி.

சித்தர் சிரிச்சார்.

ஆழி சித்தருக்கு வணக்கம் சொன்னான்.

பசங்க எல்லாரும் வணக்கம் சொன்னாங்க.

சித்தர் எல்லோருக்கும் பதில் வணக்கம் சொன்னார். ஆற்றல் வண்ண பூச்சிகள் தூக்கிட்டுப் போன மேகனைப் பத்தி ஆழி காதுல கிசு கிசுன்னு சொன்னான். என்ன கிசுகிசுப்புன்னு கேட்டு சித்தர் சிரிச்சாரு.

ஆழி, மேகனை வண்ணப் பூச்சிகள் தூக்கிட்டுப் போனதைச் சொன்னான்.

அவன் ஏன் கல்லெடுத்து அடிச்சான்னு சித்தர் கேட்டாரு. ஆழியும் ஆற்றலும் சித்தர்கிட்ட, தெரியாம அடிச்சிட்டான். அவனுக்கு என்னா தண்டனை வேணா குடுங்க, ஆனா அவனை உயிரோட எங்ககிட்ட குடுத்துடுங்கன்னு சொன்னாங்க.

சித்தர் ரெண்டு கையாலயும் தலைக்கு மேல ஒரு சொடக்கு போட்டாரு. பசங்க இருந்த மாளிகையோட கூரைப்பகுதி ரெண்டா பிரிஞ்சிது. வானத்துல இருந்து குட்டியா ஒரே ஒரு வண்ண பொட்டு தெரிஞ்சிது. நேரமாக நேரமாக பல வண்ண வண்ண பூச்சிகள் கீழே எறங்கிட்டு இருக்கறது தெரிஞ்சிது.

குகையில் பாத்த அதே வண்ண பூச்சிகள் லட்சக்கணக்குல ரெண்டு பகுதியா பிரிஞ்சி கீழே வந்துட்டு இருந்துச்சிங்க. கீழே வர வர மாளிகையில் ஒளி வெள்ளம் பாஞ்சிச்சி.

முதல்ல வந்த வண்ணப் பூச்சி பகுதி தரையைத் தொட்டதும் லேசா லேசா பிரிய ஆரம்பிச்சிதுங்க. பிரிஞ்சி திரும்பவும் மேல போக ஆரம்பிச்சிதுங்க. அந்த இடத்துல கொஞ்சம் கொஞ்சமா மேகன் தெரிய ஆரம்பிச்சான். எல்லா பூச்சியும் பழைய மாதிரி மேல போனதுக்கு அப்புறம் மேகன் முழுசா தெரிஞ்சான். ஆனா சிலை மாதிரி நின்னுக்கிட்டே இருந்தான். சித்தர் திரும்ப ஒரு சொடக்கு போட்டதும் தூக்கத்துல இருந்து எழுந்த மாதிரி ஓடிவந்து பசங்க கூட சேந்துகிட்டான்.

ரெண்டாவது பகுதி பூச்சிங்க எறங்கி அதே மாதிரி பிரிஞ்சி திரும்பவும் மேல போச்சிங்க. அதுங்க மேல போக போக உள்ள இருந்த தேள் கொஞ்சம் கொஞ்சமா தெரிய ஆரம்பிச்சிது. தேள் முழுக்கத் தெரிய ஆரம்பிச்சதும் சித்தர் ஒரு சொடுக்கு போட்டார்.

தேள் வேக வேகமா பசங்களை நோக்கி ஓடியாந்துச்சி. பசங்க பயத்துல ஆஆஆஆன்னு கத்த ஆரம்பிச்சாங்க.

20

பசங்களால பின்னால ஓட முடியலை. பின்னால முழுக்கத் தண்ணி. பசங்க ஒடுங்கி நின்னுட்டு இருந்தாங்க. கிட்ட வந்த தேளு தன்னோட ஒரு கையைத் தூக்கி கை குடுக்குற மாதிரி கையக் காட்டிச்சி. சித்தர், பயப்படாதீங்க, கை குடுங்க, ஒண்ணும் பண்ணாதுன்னு சொன்னார். இமயாதான் முதல்ல பயந்துகிட்டே கை குடுத்தா. தேள் கையை பிடிச்சி ஆட்டிச்சி. கொடுக்கை தூக்கி ஆசீர்வதம் பண்ற மாதிரி தலையில வச்சிச்சி.

மத்த பசங்களும் சிரிச்சிக்கிட்டே கை குடுக்க ஆரம்பிச்சாங்க.

நீங்க குகையில வரும்போது, ரொம்ப போரடிச்சிருக்கும். பசியா வேற இருந்திருக்கும். அதனால ரொம்ப களைப்பாகி ஒரு கட்டத்துல ஒக்காந்து இருப்பீங்க. எங்களால நடக்க முடியலைன்னு சொல்லியிருப்பீங்க. அந்தக் கட்டம் வர்ரதுக்கு முன்னாடியே நான்தான் இந்தத் தேளை அனுப்பி வச்சேன். இதை எப்படியும் ஆழி சமாளிச்சிடுவான்னு தெரியும். பின்னால் இருந்த தேளையும் எதாச்சும் செய்வான்னு நினைச்சேன். ஆனா அவன் புத்திசாலித்தனமா அதை ஏதும் பண்ணி நேரத்தை வீணாக்கலை. இந்தத் தேளை துரத்தின உத்வேகம், பின்னால் இன்னொரு தேள் இருக்குன்ற பயம், ரெண்டும் சேர்ந்து உங்களைச் சீக்கிரமா இங்க கொண்டாந்து சேத்துடிச்சி.

எப்பவும் வாழ்க்கையில ஏதாச்சும் ஒரு பிரச்சினை நம்மளைத் துரத்திட்டே இருந்தா நாம வேகமா செயல்படுவோம். நம்ம மூளையும் சுறுசுறுப்பா இருக்கும்னார். ஆழி தேள்கிட்ட போயி அத்தோட காலைப் பிடிச்சி மேல ஏறி அதோட தலையில் ஒக்காந்துகிட்டு செல்லமா ஒரு குட்டு வச்சான்.

சரி இப்ப என்னென்னா நிகழ்ச்சி நிரல்? என்னென்னா பண்ணணும்? எப்ப திரும்ப போகணும்னார்.

அந்தத் தடியர்களை முன்னால வரச்சொன்னான் ஆழி. அவங்களும் வந்து நின்னாங்க.

இவனுங்க கெட்டவனுங்க. இவ்ளோ நாளா மரங்களை வெட்டியும், மிருகங்களைக் கொன்னும் காட்டை அழிச்சிட்டு வந்திருக்கானுங்க. இவனுங்களைக் கொல்ல வேணாம். ஆனா இவனுங்களைப்போல ஆளுங்களைத் திருத்தவும் முடியாது. அதனால இவனுங்க நியாபகங்கள் எல்லாத்தையும் மறக்கடிச்சிடுங்க. இதுவரைக்கும் இவனுங்க கத்துக்கிட்டது எல்லாம் மறந்துடணும். சும்மா சாப்புடறது, தூங்கறது, பேசற மொழியைப் புரிஞ்சிக்கிறது, இது மட்டும் தெரிஞ்சா போதும். அப்பிடி செஞ்சா இவனுங்களைப் பசங்க பள்ளிக்கூடத்திலேயே வேலை செய்ய சொல்லிடலாம்.

தடியர்களின் தலைவன் போல இருந்தவன், முன்னால வந்து பேசினான். சாமி, அப்டில்லாம் பண்ணத் தேவையில்லை. இவ்ளோ நேரம் பசங்க கூடவும், மிருகங்கள் கூடவும் பழகினதுல, இதுவரைக்கும் நாங்க வாழ்ந்த வாழ்க்கை ஒண்ணுமேயில்லைன்னு தோணிடிச்சி. சந்தோஷம்னாலே என்னன்னு தெரியாம இருந்திருக்கோம். இந்த ரெண்டு நாளுதான் நாங்க நல்லா சந்தோஷமா இருந்திருக்கோம். பசங்க கூடவே இருந்தது எங்களைப் புது மனுஷங்களா மாத்திடிச்சி. இனிமே நாங்க தப்பே பண்ண மாட்டோம், தப்பு பண்ணவே தோணாது. அதனால் எங்களை அப்படி மாத்த வேணாம். நாங்க காலம் முழுக்க இந்தப் பள்ளிக்கூடத்துலயே இருந்து பசங்களையும் பள்ளிக்கூடத்தையும் பாத்துக்கறோம்னான்.

சித்தர் ஆழியைப் பாத்தாரு.

ஆழி இவங்க சொல்றது உண்மை போலத்தான் இருக்கு, இருந்தாலும் யார் சொல்றதையும் நூறு சதவீதம் நம்பிடக்கூடாது. அதனால் இவங்களை இப்ப மாத்த வேணாம், அதே சமயத்துல தண்ணி தெளிச்சும் விட்டுட வேணாம். நீங்க எனக்கு ஒரு தண்ணியை மந்திரிச்சிக் குடுப்பீங்களே, அதை ஆற்றல் கிட்டயும் இமயா கிட்டயும் குடுங்க. இவங்க ஏதாச்சும் மனசு மாறித் தப்பு பண்ற மாதிரி தோணிச்சின்னா, இவங்க இந்தத் தண்ணியை அவங்க மேல அடிச்சா, ஒண்ணும் தெரியாத ஜடம் மாறி ஆயிடணும் என்றான்.

நீங்க அந்தத் தண்ணியைக் குடுங்க, ஆனா அதுக்கு அவசியமே வராதுன்னு சொன்னாங்க தடியர்கள்.

இவங்க திருந்தி நம்ம கூட சேந்துட்டதால இனிமே இவங்களை தடியன், தடிப்பசங்க, தடியர்னு சொல்ல வேணாம். இனிமே இவங்க எல்லாம் உங்களுக்கு மாமாக்கள். நீங்க மாமான்னும் கூப்பிடலாம், இல்லன்னா அங்கிள்னும் கூப்பிடலாம்னான் ஆழி.

பசங்க எல்லாம் ஹாய் அங்கிள்னு சொன்னாங்க.

அங்கிள்ளாம் வேணாம், தடியான்னே கூப்பிடுங்க. குழந்தைங்க வாயால தடியான்னு கூப்பிடறதே ஸ்வீட்டா இருக்குன்னு சொன்னான் தடியர்கள் தலைவன்.

21

சரி ஆழி நீ சொன்ன மாதிரியே மந்திரிச்ச தண்ணியை குடுத்துடறேன். மனுஷங்க திருந்த வாய்ப்புக் குடுக்கும் அதே நேரத்தில முழுக்கவும் நம்பிடக்கூடாதுதான். சரி, பசங்களுக்கெல்லாம் பசிக்கும், என்னா பசங்களா சாப்பிடறீங்களான்னு கேட்டார் சித்தர்.

சித்தர் கேட்டதும், பசங்களுக்கு பசி நினைப்பு வந்து கடுமையா பசிக்க ஆரம்பிச்சிது. அவங்களுக்கு இப்ப இருக்குற பசிக்கி என்னா வேணா சாப்பிடுவாங்கன்னு சொன்னான் ஆழி.

சித்தர் ஒரு சொடக்கு போட்டாரு. அழகான கடல் கன்னிகள் விதவிதமான சாப்பாடுகளை வரிசையா கொண்டாந்து வச்சாங்க. பசங்களா ஒரு நிபந்தனையும் இல்லை, எவ்ளோ வேணா எது வேணா சாப்பிடலாம். எல்லாமே ஹெல்தியான உணவுதான்னு சொன்னாரு சித்தர்.

ஆனா ஊட்டிவிட யாரும் இல்ல பசங்களா, வேணுன்றதை நீங்கதான் எடுத்துச் சாப்பிடணும், திரும்ப எப்ப சாப்பாடு கிடைக்கும்னு தெரியாது, அதனால வீட்ல அடம் பிடிச்சி சாப்புடற மாதிரி கொஞ்சூண்டு சாப்டா, அவ்ளோதான், டயர்டாயி மாட்டிப்பிங்கன்னு சொன்னான் ஆழி.

பசங்க எல்லாரும் சாப்பாட்ல பூந்து வெளாண்டாங்க. வயிறு முட்ட முட்ட விதவிதமா சாப்டாங்க.

இதைப்போல விதவிதமா செஞ்சி குடுத்தா நல்லா சாப்பிடப்போறோம். தினமும், பருப்பு சாதம், ரசம் சாதம், தயிர் சாதம்னு கொழ கொழன்னு பிசைஞ்சி ஊட்டிக்கிட்டே இருந்தா போரடிக்கும்தானே? ஓமட்டிகிட்டு வரும்னு சொன்னா இமயா!

சாப்ட்டு முடிச்ச சில பசங்க தேள் மேல ஏறி அந்த ஏரியாவை ஒரு ரவுண்டு அடிச்சாங்க. மேகன் ஜாலியா தேளோட கொடுக்கைப் பிடிச்சித் தொங்கிட்டே இருந்தான்.

வரும்போது பாத்தோம், தண்ணிக்கு அடியில பல பேரு போயிகிட்டு இருந்தாங்க. சில பேர் விளையாடிக்கிட்டு இருந்தாங்க. நிறைய பழங்கள்ளாம் தண்ணிக்கி அடியில பாத்தோம், அது எப்பிடின்னு ஆற்றல் கேட்டான்.

அது ஒரு ஜாலி உலகம். போட்டி பொறாமை இல்லாத உலகம். அதுக்குள்ள இன்னும் நிறைய இருக்கு. அதுக்குள்ள போனா மீன் மாதிரி நீங்க உள்ள சுவாசிச்சிக்கிட்டே இருக்கலாம். நான் ஒரு பொடி குடுப்பேன், அதைத் தடவிக்கிட்டா உள்ள போயிடலாம். ஆனா ஒரு நிபந்தனைன்னு சொல்லிட்டு நிறுத்தினார்.

பசங்க எல்லாரும் என்னான்ற மாதிரி பாத்தாங்க.

அங்க போனா பொய் பேசக்கூடாது. ஒருத்தரைப் பார்த்து பொறாமைப்படக்கூடாது. யாரையும் திட்டக்கூடாது, அடிக்கக்கூடாது. ஏமாத்தக்கூடாது, கோவப்படக்கூடாது. இதுல ஏதாவது நடந்தா அவங்க உடனே தண்ணிக்கி மேல வந்து விழுந்துடுவாங்க. மத்தவங்க வர்ர வரைக்கும் தனியாத்தான் இருக்கணும். அங்க போயிட்டா வெளில வரணும்னே தோணாது. வெளில வந்தாலும் அங்க என்ன நடந்துச்சின்னு மறந்துடும். ஆனா அங்க பழகின நல்ல பழக்கங்கள் மட்டும் மனசுல இருக்கும்னார் சித்தர்.

பசங்க எல்லாரும் ஆச்சரியமா ஓகே சொன்னாங்க.

இப்பவே போகணும், இப்பவே போகலாம்னு கத்தினாங்க.

சித்தர் தன் மடியில் இருந்து பொடியை எடுத்தார்.

ஆழி, சித்தரே இந்தப் பசங்க தண்ணிக்குள்ள போகட்டும். குகைக்கு வெளியே நிறைய மிருகங்களை விட்டுட்டு வந்திருக்கேன். அதுங்க எல்லாம் எனக்காகக் காத்துக்கிட்டு இருக்கும். நான் போயி அதுங்களைப் பாத்து அனுப்பிட்டு வரேன்னு சொன்னான்.

சித்தர், சரி ஆழின்னார்.

ஆற்றல், இமயா நீங்க ரெண்டு பேரும் பசங்களைப் பொறுப்பா பாத்துக்கணும்னு சொன்னான்.

ரெண்டு பேரும் சரி ஆழின்னு தலை ஆட்னாங்க. நாங்களும் பசங்களைப் பொறுப்பா பாத்துக்கறோம்னு திருந்திய தடியர்களும் சொன்னாங்க.

சரி பாத்துக்கோங்கன்னு சொல்லிட்டு, சித்தரே, திரும்ப குகை வழியா நான் போறது தாமதமாகும், மேல கூரையைக் கொஞ்சம் பிரிச்சி வுடுங்க, நான் பறந்து போயிக்கிறேன்னான் ஆழி.

சித்தர் ஒரு சொடக்கு போட்டாரு, மேல கூரை ரெண்டா பொளந்திச்சி. ஆழி விர்ருன்னு மேல போனான். பசங்க எல்லாருக்கும் கை ஆட்டி பை சொல்லிக்கிட்டே மேல போனான். ஆழி ரொம்ப மேல போனதும் கூரை சேந்துக்க ஆரம்பிச்சிது.

பசங்க எல்லாரும் ஆழிக்கு கை ஆட்டிக்கிட்டே இருந்தாங்க.

22

ஆழி பறந்து போயி குகை வாசல்ல இறங்கினான். அங்க யானைங்க, குரங்குங்க, மானுங்க, முயலுங்க, மயிலுங்க, ரெண்டு புலி, புதுசா கொஞ்சம் சிறுத்தைங்க, ஒரு சிங்கம் எல்லாம் ஹாயா படுத்துட்டு இருந்துதுங்க. ஆழி போய் இறங்கினதும் முதல்ல சிறுத்தையைத்தான் பார்த்தான். நீங்க என் கூட வரலையே, இங்க எப்பிடி வந்தீங்கன்னு கேட்டான். எங்க ஃபிரண்டு சிறுத்தை ஒருத்தன் கொஞ்ச நாளா காணலை, அவனை இந்தக் காடு ஃபுல்லா தேடிப் பாத்துட்டோம், கிடைக்கலை. இந்த வழியா போயிட்டு இருந்தோம், அப்பதான் புலி சொல்லிச்சி, ஆழி குகைக்கு உள்ள போயிருக்கான், அவனுக்காகக் காத்துட்டு இருக்கோம்னு. அதான் உன்னைப் பாத்து உதவி கேக்கலாம்னு வந்தோம்னு சொல்லிச்சிங்க.

ஆழி பின்னாலயே சிங்கம் வந்து செல்லமா ஒரு முட்டு முட்டிச்சி.

யானை சோம்பல் முறிச்சிட்டு எழுந்திச்சி. குரங்குங்க தாவித் தாவி ஆழி பக்கத்துல வந்து உத்துப் பாத்துட்டே ஒக்காந்துச்சி. மான், முயல், மயில் எல்லாம் சுத்தி ஒரு வட்ட மேஜை மாநாடு போல குழுமி நின்னிச்சிங்க.

சிட்டி பக்கம் சிறுத்தை நடமாட்டம் இருக்குன்னு நியூஸ் பாத்தேன், அவன் உங்க ஃபிரண்டா இருக்கலாம்னு ஆழி

சொன்னான். இங்கேர்ந்து அவ்ளோ தூரம் யார் கண்ணுலயும் படாம எப்பிடி போயிருப்பான்னு ஆழி கேட்டான்.

காட்டுக்குள்ள அடிக்கடி வண்டிங்க வர்ரதால எங்களுக்கு வண்டிங்க மேல பயமே போயிடிச்சி. காட்டு எல்லை வரைக்கும் ஓடிருப்பான். அப்புறம் ஏதாச்சும் குடிச்சிட்டு ஓட்டுற டிரைவர் ஓட்டிட்டுப்போன லாரில ஏறி எங்கயாவது தாபால எறங்கி சிட்டி பக்கம் இருக்குற காட்டுல பூந்திருப்பான். அவனுக்குக் கொஞ்சம் மைண்ட் சரியில்லை, அதான்னு சொல்லிச்சிங்க சிறுத்தைங்க.

ஏன் மைண்ட் சரியில்லை, என்னாச்சின்னு கேட்டான் ஆழி?

சேவ் டைகர்னு புலிக்கு மட்டும் செல்லம் குடுக்கறாங்களேன்னு தான். நாங்களும் அழிஞ்சாதான் சேவ் சீட்டான்னு எங்களைக் கவனிப்பாங்க போலன்னு சொல்லிச்சிங்க சிறுத்தைங்க. எல்லா மிருகங்களையும் இப்போலருந்தே ஒரே மாதிரி பாதுகாக்கணும் இல்லையா ஆழின்னு கேட்டிச்சிங்க!

நீங்க சொல்றது சரிதான், நான் போயி அந்தச் சிறுத்தை எங்க இருக்குன்னு தேடி இங்க கூட்டிட்டு வரேன், இல்லன்னா சுட்டுக் கொன்னுடுவாங்கன்னான் ஆழி.

ஆழி ஆழி நாங்களும் வரோம். மனுஷங்க மட்டும் காட்டை சுத்திப்பாக்கறாங்க இல்ல? நாங்க நாட்டை சுத்திப்பாக்கக் கூடாதான்னு கேட்டிச்சிங்க சிறுத்தைங்க.

மத்த மிருகங்களும், திடீர்னு உஷாராகி, தலையைத் தூக்கி ஆட்டி, ஆமா ஆழி எங்களுக்கும் நாட்டைப் பாக்கணும்னு ஆசையா இருக்குன்னு சொல்லிச்சிங்க.

கொரங்குங்க மட்டும், ச்சீ சும்மா கெடங்க, கேவலமா இருக்கும் நாடு. ஒரே பொகை, மட்டமான தண்ணி, ஒரே இரைச்சல், அங்க நீங்க போனீங்கன்னா ரெண்டே நாள்ள பைத்தியம் ஆயிடுவீங்கன்னு சொல்லிச்சிங்க. அதுங்க ஏற்கனவே நாட்டுக்குள்ள ரவுண்ட் அடிச்ச அனுபவம் பேசிச்சி.

இல்ல ஆழி, எங்க சொந்தம், ஃபிரண்டு எல்லாம் கொஞ்சம் பேர் ஜூவுல இருக்காங்க. எங்களைப் பிரிச்சி வச்சிட்டாங்க. பாத்தே

ரொம்ப நாள் ஆச்சி. ப்ளீஸ் ஆழி எங்களைக் கூட்டிட்டு போயி நாட்டையும் காட்டு, எங்க சொந்தங்களையும் காட்டுன்னு யானைஙக சொல்லிச்சிங்க.

மத்த மிருகங்களும் ஆமா ஆழி, ஆமா ஆழின்னு கத்திச்சிங்க.

சரி சரி சரின்னு ஆழி ஒத்துக்கிட்டான்.

இப்ப எப்பிடிப் போறதுன்னு மான் கேட்டிச்சி.

வேற வழி? கொஞ்ச நேரம் இங்கயே இருங்க, நான் போயி டிரெயினை எடுத்துட்டு வரேன். அதுல போலாம்னான்.

பறக்கும் பைக் ஸ்கூல்லயே நிக்கிது, அது வரைக்கும் பறந்து போயி அந்தப் பைக்கை எடுத்துட்டுப் போயி, டிரெயினை எடுத்துட்டு வரேன்னு சொன்னான்.

நீ பறந்து போக லேட்டாகும், என் மேல ஒக்காந்துக்க, ரெண்டு நிமிஷத்துல ஸ்கூல்ல கொண்டு போயி உட்டுடறேன்னு சொல்லிச்சி ஒரு சிறுத்தை.

ஸ்டைலா சிறுத்தை மேல ஏறி ஒக்காந்து அதோட காதைப் பிடிச்சிக்கிட்டான் ஆழி.

சிறுத்தை சீறிப் பாஞ்சி காட்டைக் கிழிச்சிக்கிட்டு ஓட ஆரம்பிச்சிது.

சிறுத்தை லாகவமாக ஓடிச்சி. ஆழி மேல ஒக்காந்துட்டு இருப்பதால் வழக்கமா ஓடுற மாதிரி முரட்டுத்தனமா ஓடாம ஒரு பாறையில் இருந்து குதிச்சா, குதிச்சி ஒரு நொடி இடைவெளி விட்டு ஓட ஆரம்பிச்சிது. அதுக்குள்ள ஆழி பேலன்ஸ் பண்ணிப்பான்.

மரங்களுக்கு நடுவிலும் புதர்களுக்கு நடுவிலும் புகுந்து புறப்பட்டிச்சி. ஆழிக்கு சிறு சிறு சிராய்ப்புகள் இருந்தாலும் ஆழி அதைக் கண்டுக்கலை. நீண்டு வளர்ந்து வானத்தைத் துளைப்பது போல வளர்ந்து இருந்த மரங்களுக்கு நடுவுல ரொம்ப வேகமா ஓடிச்சி சிறுத்தை. காதைப் பிடிச்சிட்டு ஒக்காந்து இருந்த ஆழிக்கு வித விதமான மரங்கள் பின்னால ஓடுவது மாதிரி இருந்திச்சி. இன்னும் கொஞ்சம் வேகம் அதிகமானதும், வித

விதமான மரங்கள் ஒண்ணோடு ஒண்ணு சேந்து மர மதில் சுவர் உருவாயிட்டு இருந்தது போலத் தோணிச்சி. செடி கொடிங்க எல்லாம் பச்ச மின்னல் போல கண்ல பட்டு உடனே மறைஞ்சி போச்சி. காட்டோட மொத்த உசுருக்குள்ளயும் சர்ருன்னு பூந்து பொறப்படற மாதிரி இருந்திச்சி. ஒரு கட்டத்துல காதைப் பிடிச்சிட்டு இருக்கறது பத்தலை. சிறுத்தை கழுத்தைக் கட்டிக்கிட்டு அதுங்கூட ஒட்டிப் படுத்துக்கிட்டான் ஆழி. எது எது மேலயோ பயணம் போன ஆழிக்கு சிறுத்தை மேல ஒக்காந்து வேகமா போறது புதுசா இருந்திச்சி. சிறுத்தை ஓடும்போது ஒரு நொடி சிறுத்தை முன்னங்காலை ஊனி ஃபோர்ஸ் குடுக்குறப்ப ஆழியோட உடம்பு சிறுத்தையோட தலைக்குக் கிட்ட வந்து வழுக்கி கீழ விழுவது போல வரும். அடுத்த நொடி பின்னங்கால் முன்னங்காலைத் தாண்டி வச்சி நெத்தித் தள்ளி முன்னால போறப்ப ஆழியோட ஒடம்பு சிறுத்தையோட கழுத்துக்கு வரும். இப்படி நொடிக்கு நொடி உடம்பு இடம் மாறிட்டே இருப்பது ரோலர் கோஸ்டரை விட த்ரில்லிங்கா இருந்திச்சி. கொஞ்ச நேரத்திலேயே சிறுத்தை ஆழியைப் பள்ளிக்கூடத்துல வந்து விட்டிச்சி.

சிறுத்தை வாலைப் பிடிச்சி ஆட்டி தேங்க்ஸ் சொன்ன ஆழி, பறக்கும் பைக்ல ஏறிக்கிட்டான்.

நீ போய் அவங்க கூட இரு, நான் வந்துடறேன்னு சொல்லிட்டு, பைக்கை கிளப்பினான்.

பைக் விர்ருன்னு கொஞ்ச தூரம் தரையில் ஓடி, நெடு நெடுன்னு உயரமா வழ வழன்னு வழ வழன்னு வளந்திருந்த ஒரு மரத்து மேல் ஏறிச்சி மரத்தோட உச்சி வரைக்கும் ஏறிய பைக்கை டக்குன்னு பறக்கும் கியரைப் போட்டுப் பறக்க வச்சான் ஆழி.

பைக்ல பறந்து போய், பறக்கும் ரயிலை எடுத்துக்கிட்டு வழக்கமா டிரெயின் ஓடும் தண்டவாளத்துல ஓட்டிட்டு வந்தான். தேவைப்படும் போது மட்டும் பறக்க வச்சான் ரயிலை. காட்டு எல்லை வரைக்கும் தண்டவாளத்துலயே ஓட்டிக்கிட்டு வந்து அதுக்கு அப்புறம் பறந்து மிருகங்கள் இருக்கும் இடத்துக்கு வந்து ரயிலைக் கீழ எறக்கி நிக்க வச்சான்.

23

சித்தர்கிட்ட இருந்த எல்லா பசங்களும் பொடியை உடம்புல தடவிட்டுப் பெரிய ஏரி மாதிரி இருந்த தண்ணிக்குள்ள எறங்கினாங்க. எறங்கினதும் ஒரு கருங்கல்லைத் தூக்கித் தண்ணியில போட்டது மாதிரி சர்ருன்னு தண்ணியோட அடி ஆழத்துக்குப் போய் நின்னாங்க. சித்தர் இவங்க கூட வரலை. எல்லா பசங்களும் தண்ணிக்குக் கீழ வந்துட்டதுக்கு அப்புறம், ஆற்றலும் இமயாவும் பசங்களைக் கணக்கு எடுத்தாங்க. எல்லா பசங்களும் சரியா இருந்தாங்க.

இப்ப நாம தண்ணிக்குள்ளயே நடந்து பாக்கலாம். நல்லா சுத்திப் பாக்கலாம். ஆனா எல்லாரும் ஒண்ணாதான் போகணும். யாரும் தனித்தனியா போயி தொலைஞ்சிடாதீங்கன்னு சொன்னான் ஆற்றல். அந்தந்தக் குழுத் தலைவர் கிட்ட பசங்களை ஒழுங்கா பாத்துக்கோங்கன்னு சொன்னா இமயா.

குழு குழுவா தண்ணிக்குள்ளயே கிரிக்கெட் ஆடிட்டு இருந்த பசங்க கிட்ட நடந்து போனாங்க. நடந்து போறது அப்பிடியே மெதந்து போற மாதிரி இருந்திச்சி. குளு குளுன்னு இருந்திச்சி. நல்லா மூச்சி விட முடிஞ்சிச்சி. தண்ணிக்குள்ளயே நடந்தாலும் உடையிலயோ உடம்பிலயோ தண்ணி ஒட்டவேயில்லை.

ஜாலியா மிதந்து மிதந்து கிரிக்கெட் விளையாடிட்டு இருந்த பசங்க கிட்ட போனாங்க பசங்க.

நாங்களும் ஆடறோம்னு சொன்னான் ஆற்றல்.

அங்க ஆடிட்டு இருந்த பையன்ல ஒருத்தன், இன்னும் கொஞ்ச நேரத்துல கேம் முடிஞ்சிடும், அதுக்கு அப்புறம் நீங்க சேந்து விளையாடலாம்னு சொன்னான்.

மேகன், ச்சே எவ்ளோ நேரம் இவங்களே ஆடுவாங்கன்னு நினைச்சான். கடுப்பா வந்திச்சி மேகனுக்கு. உடனே சர்ருன்னு மேல் ஏறிப்போனான் மேகன். வெடுக்குன்னு தண்ணியில இருந்து தரையில தூக்கிப் போடப்பட்டான் மேகன்.

ஐயய்யோ அதுக்குள்ள எங்களை நினைச்சி பொறாமைப் பட்டிருப்பான் போல, அதான் மேல தூக்கி எறிஞ்சிடிச்சி இந்தத் தண்ணி உலகம்னு பாவமா சொன்னான் அங்க விளையாடிட்டு இருந்தவன்.

மேகன் திரும்பத் திரும்ப தண்ணிக்குள்ள வர முயற்சி பண்ணி எறங்கினான். எறங்க எறங்க தண்ணி அவனைத் தூக்கித் தரையில் போட்டிச்சி.

தூரமா போய் வேகமா ஓடியாந்து தன்ணிக்குள்ள தொம்முன்னு குதிச்சான். குதிச்சதும் கொஞ்ச ஆழம் வரைக்கும் உள்ளே போயி, அதே வேகத்துல திரும்ப மேல தூக்கி அடிச்சிச்சி தண்ணி. தரையில் தொப்புன்னு வந்து விழுந்தான். பயங்கர அடி பட்டிச்சி.

ப்ச் பாவம் மேகன்னு மத்த பசங்க வருத்தப்பட்டாங்க.

பாவம் மேகன் நாம போற வரைக்கும் தனியா இருக்கணும். இனிமே யாரும் பொய் பேசாதீங்க, திட்டாதீங்க, பொறாமைப் படாதீங்க. ஜாலியா இருங்கன்னு சொன்னா இமயா.

ஒரு பெரிய பாம்பு பெரிய பெரிய முட்டை விட்டுக்கிட்டே இவங்களை நோக்கி வந்துட்டு இருந்திச்சி. அந்தப் பாம்பு ரோஸ் கலர்ல ரொம்ப பெருசா இருந்திச்சி.

24

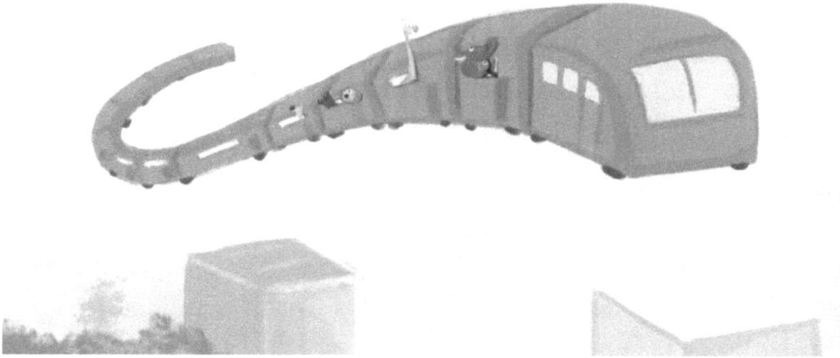

ஆழி ரயிலை எறக்கி நிக்க வச்சதும் எல்லா மிருகங்களும் சுறுசுறுப்பா எழுந்து நின்னிச்சிங்க. கொரங்குங்க மட்டும் சடக்குன்னு கன்னாபின்னான்னு தாவி ஏறிச்சிங்க.

நாட்டுக்குள்ள திரியறதால் வந்த பிரச்சினையைப் பாத்தீங்களா? இந்தக் கொரங்குங்க மனுஷங்களைப் பாத்து, டிரெயின் வந்து நின்னதும் கன்னா பின்னான்னு அடிச்சி புடிச்சி ஏறுதுங்கன்னு ஆழி சிரிச்சிக்கிட்டே சொன்னான். எல்லா கொரங்குங்களையும் எறங்கச் சொன்னான்.

நான் குழந்தைங்களைக் காப்பாத்தத்தான் என்னோட ஸ்பெஷல் பவரை உபயோகப்படுத்துவேன். இருந்தாலும் நீங்க குழந்தைங்களுக்கு உதவி செஞ்சதால உங்களுக்கும் உதவி செய்யறேன். உங்களை நாட்டுக்கு, நகரத்துக்குக் கூட்டிட்டுப் போறது ரிஸ்க். நீங்க என் பேச்சைக் கேட்கணும். உங்க

இஷ்டத்துக்கு அங்கயும் இங்கயும் ஓடக்கூடாது. ஏதாவது, கவனக்குறைவா சின்னப் பிரச்சனை வந்தா கூட உங்களை சுட்டுடுவாங்க. நீங்க காட்டுல இருந்து நாட்டுக்குப் போயிட்டு திரும்ப காட்டுக்கு வர்ரது யாருக்கும் தெரியக்கூடாதுன்னு ஆழி சொன்னான்.

எல்லா மிருகங்களும் தலையை ஆட்டிச்சிங்க.

முதல்ல சிறுத்தைங்க எல்லாம் மொத பொட்டியல ஏறுங்கன்னான். கொரங்குங்க ரெண்டாவது பொட்டி. மான் மூணாவது பொட்டி. யானை நாலாவது பொட்டி. முயலும் மயிலும் அஞ்சாவது பொட்டி. புலியும் சிங்கமும் கடைசி பொட்டின்னு சொன்னான். எல்லா மிருகங்களும் ஆழி சொன்ன பொட்டியிலயே ஏறிக்கிச்சிங்க.

ஆழி வச்சிருக்கும் இந்த ரயில் தரையிலயும் ஓடும் தண்டவாளத்துலயும் ஓடும். வானத்துலயும் பறக்கும். ஆழி டிரைவர் சீட்ல ஏறி டிரெயினை காட்டுக்குள்ள தரையிலயே ஓட்ட ஆரம்பிச்சான். அடர்த்தியான காடு வந்ததும் ரயிலை அப்படியே அலேக்கா மேல தூக்கினான். சூப்பரா மேல ஏறிச்சி ரயில். யானை மட்டும் கடைசி பொட்டியில ஏறி இருந்தா கடைசி பொட்டி மட்டும் லேசா கீழ தொங்கிட்டு வந்திருக்கும். பறக்கும்போது படு வேகமா போகும் ரயில். ஆனா தேவையில்லாம பறக்க வைக்க மாட்டான் ஆழி. அதுல தேவையில்லாத பல சிக்கல்கள் வந்து மாட்டும். ஏர் டிராஃபிக் கண்ட்ரோல் கிட்ட சொல்லாம ஓட்றதால் வேற ஏதாவது ஏரோப்ளேன், ஹெலிகாப்டர் ரயில் மேல மோத வாய்ப்பு இருக்கு. இப்ப தண்டவாளமும் இல்ல, தரையும் சரியில்லைன்றதால பறக்க வச்சான். மிருகங்களுக்கு எல்லாம் பயங்கர வேடிக்கையா இருந்திச்சி. சுத்தும் முத்தும் பாத்துட்டே வந்திச்சிங்க.

ஒரு ஊர்ல ஒரு ரயில்வே ஸ்டேஷன் வந்ததும், கரக்டா அந்தத் தண்டவாளத்துல ரயிலைக் கொண்டு போய் எறக்கினான். அங்கேயிருந்து தண்டவாளத்துலயே ரயில் வேகமா சிய்க் சிய்க், சிய்க் சிய்க்குன்னு போயிட்டு இருந்திச்சி. எதிர்க்க ஏதாவது

ரயில் வந்தா ஆழி சரக்குன்னு ரயிலை மேல தூக்கி பறக்க வச்சி, எதிர்க்க வரும் ரயில் மேல பறந்து, அந்த ரயில் கீழ தாண்டிப் போனதும் திரும்பவும் தன்னோட ரயிலை கீழ தண்டவாளத்துல எறக்கி ஓட்டினான்.

ரயில்வேவுக்கு இது பழகிப்போச்சி. ஆழி ரயில் ஓட்டிகிட்டுப் போனா உட்டுடுங்கப்பான்னு ரயில்வே மினிஸ்டரே ரூல் போட்டுட்டாரு. மொத்த ரயிலும் மிருகங்களா இருக்குறதைப் பாத்து பல பேரு ஆச்சரியப்பட்டாங்க.

ரயில் இப்பிடியே கொஞ்ச நேரம் தண்டவாளத்துலயும், எதிர்க்க ரயில் வந்தா பறக்கறதுமா வேகமா போய்கிட்டே இருந்திச்சி. வானம் இருட்ட ஆரம்பிச்சிது. சூரியன் மறைஞ்சி ரத்தச்சிகப்பா வெளிச்சம் மட்டும் கசிஞ்சிட்டு இருந்திச்சி. ரயிலும் சென்னையை நெருங்கிச்சி. ஆழி டிரெயினில் இருந்த விளக்கையெல்லாம் அணைத்துவிட்டு, டிரெயினை மேலே தூக்கினான். டிரெயின் பறக்க ஆரம்பிச்சிது. சத்தம் வராம இருக்கணும்னு டிரெயினை சைலண்ட் மோட்ல போட்டான் ஆழி

சென்னை நகரத்துல எல்லாரும் பிஸியா போயிட்டு இருந்ததல பலரும் இந்த டிரெயின் மேல பறந்துட்டு இருந்ததைக் கவனிக்கலை. ஆழி டிரெயினை நேரா கொண்டு போய் வண்டலூர் ஜூவுல கொண்டு போய் எறக்கினான். இரவு ஆயிட்டதால் ஆளுங்க நடமாட்டம் ஏதும் இல்லை.

எல்லா மிருகங்களையும் டிரெயின் கதவைத்திறந்து இறங்கச் சொன்னான். எல்லாரும் இறங்கினதுக்கு அப்புறம்...

இங்க நைட்டு ஃபுல்லா சுத்திச் சுத்தி உங்க சொந்தக்காரங்களைத் தேடுங்க. கண்டுபிடிச்சதும் கொஞ்ச நேரம் பேசிட்டு இருங்க. கொரங்குங்க மரத்து மேல ஏறிக்கோங்க. யாராவது வர்ர மாதிரி தெரிஞ்சா சிக்னல் குடுங்க. சிக்னல் கிடைச்சதும் மத்த மிருகங்க எல்லாம் பக்கத்துல இருக்கும் மரம், புதர்ல போய் மறைஞ்சிக்கோங்க. நான் சிறுத்தைங்க கூடப் போய் அந்தத் தொலைஞ்சி போன சிறுத்தையத் தேடிப் பிடிச்சிட்டு வரேன்.

நான் திரும்ப இங்கதான் வருவேன். வந்ததும், இந்தச் சிறுத்தை கத்தும். அதான் சிக்னல். சிக்னல் கிடைச்சதும் எல்லாரும் இங்க வந்துடுங்க, திரும்ப காட்டுக்குப் போயிடலாம்னான்.

எல்லா மிருகமும் சந்தோஷமா ஓகே சொல்லிச்சிங்க.

ஆழி சிறுத்தைங்களைக் கூட்டிக்கிட்டு டிரெயின்ல ஏறி அதைக் கிளப்பிப் பறக்க வச்சான். டிரெயின் வண்டலூர் ஜூவை விட்டு பறந்து வெளியே வந்து செங்கல்பட்டை சுத்தி இருக்குற காடு கிட்ட போக ஆரம்பிச்சிது.

25

ரோஸ் கலர் பாம்பைப் பார்த்ததும் பசங்க எல்லாம் பயங்கரமா பயந்துட்டாங்க. கிரிக்கெட் விளையாடிட்டு இருந்த பசங்ககிட்ட ஓடினாங்க. கிரிக்கெட் விளையாடிட்டு இருந்த பசங்க, பயப்படாதீங்க, பயப்படாதீங்கன்னு கத்தினாங்க.

இந்த உலகத்துல மனுஷங்க, பாம்புங்க, மிருகங்க, யாரும் கெட்டவங்க கிடையாது. கெட்டவங்களா இருக்க முடியாது. கெட்ட எண்ணம் வந்தாலே தண்ணிக்கி மேல தூக்கி அடிச்சி வெளிய போய் விழுந்துடுவாங்க. அதனால் கெட்டவங்களா இருந்தாலும், இதுக்கு பாய்ந்துகிட்டே நல்லதையே நினைச்சி நினைச்சி நல்லவங்களாவே மாறிடுவாங்கன்னு சொன்னாங்க.

அந்தப் பாம்பும் அதுக்குள்ள இவங்க கிட்ட வந்து சிரிச்சிது. அதோட வாயே ஒரு பெரிய பூந்தோட்டம் மாதிரி பெருசா இருந்திச்சி. தலைதான் தெரிஞ்சிச்சி. வால் எங்கன்னு எட்டிப்

பார்த்தா, தெரியவே இல்லை, நீட்டா கண்ணுக்குத் தெரியிற தூரம் வரைக்கும் போயிட்டே இருந்திச்சி. பாம்பு ரோஸ் கலர்ல தகதகன்னு மின்னிட்டு இருந்ததால் அதைச்சுத்தி இருக்குற தண்ணியும் ரோஸ் கலர் போலவே இருந்திச்சி.

பாம்பு பேச ஆரம்பிச்சிது. இங்க யார் புதுசா வந்தாலும் நான் ஆஜர் ஆயிடுவேன். இந்த அற்புதமான உலகத்தை எல்லாருக்கும் சுத்திக் காட்டறது எனக்கு ரொம்ப சந்தோஷமான விஷயம். அதிலயும் கொழந்தைகளுக்குக் சுத்திக் காட்றதுனா எனக்கு செம ஜாலி. எங்கூட வரீங்களான்னு கேட்டிச்சி பாம்பு.

பசங்க அங்க விளையாடிட்டு இருந்த பசங்க மூஞ்சை பாத்தாங்க. அந்தப் பசங்க, பயப்படாம போயிட்டு வாங்க, ரொம்ப சூப்பர் பாம்பு இது. நல்ல நல்ல இடத்தையெல்லாம் சுத்திக் காட்டும், சாப்புட பலப் பல தீனியைக் காட்டும், விளையாட்டுக் காட்டும் போயிட்டு வாங்கன்னு சொன்னாங்க.

ஆற்றல் பாம்புகிட்ட பேசினான். பாம்பு உன்னை நம்பி வரோம். எத்தனை பேர் வர்ரமோ, அத்தனை பேரையும் ஜாக்கரதையா திரும்ப கொண்டாந்து விட்டுடணும் சரியான்னு கேட்டான்.

என்னை பாம்புன்னு கூப்பிட வேண்டாம். நான் உங்களை மனுஷா, மனுஷான்னா கூப்பிடறேன்? என் பேர் நீலவாணி. இனிமே நீலவாணி, இல்லைன்னா நீலான்னு கூப்பிடலாம். நான் பத்திரமா உங்களைக் கொண்டாந்து விட்டுடறேன், அதைப்பத்திக் கவலை வேண்டாம். இன்னொண்ணு, இங்க யாருக்கும் எந்த ஆபத்தும் யாராலும் வராது. யாரும் தொலைஞ்சி போக மாட்டாங்க, யாரும் செத்துட மாட்டாங்க, யாருக்கும் எந்தக் கெட்டதும் நடக்காது. இங்க எல்லாரும் நல்லவங்க, நல்லதே நடக்கும், அதனால பயம் இல்லாம நீங்க வரலாம்னு சொல்லிட்டு, அதனால இந்த உலகத்தை வச்சிக் கதை எழுதினா ஒரு ட்விஸ்டும் வைக்க முடியாதுன்னும் சொல்லிச்சி நீலவாணி.

சரி நீலா உன்கூட வரோம்னு சொன்னான் ஆற்றல். எல்லா பசங்களும், நீலா நீலான்னு ஜாலியா கத்தினாங்க.

நீலா எல்லாரையும் வரிசையா ஒருத்தர் பின்னால ஒருத்தரா நிக்க சொல்லிச்சி. எல்லாரும் அப்படியே வரிசையா நின்னாங்க.

நீலா வாயைப் பொளந்து தன்னோட பெரிய வாழமட்டை போல இருக்கும் நாக்கை வெளியே வேகமா நீட்டி, உடனே உள் பக்கமா வேகமா இழுத்திச்சி. வரிசையில மொதல்ல நிக்கிற பையன் சர்க்குன்னு நீலா வாயில பூந்துக்குற மாதிரி இழுத்துக்கிட்டு வந்தான். அந்தப் பையன் வாயிக்குள்ள நுழையறதுக்கு ஒரு செகண்ட் முன்னால நீளா டக்குன்னு வாயை மூடி தன்னோட தலையை லேசா கீழே குனிஞ்சிது. அந்தப் பையன் நீலாவோட தலைமேல போயி டொம்முன்னு விழுந்து அப்படியே சருக்கு மரம் போல சருக்கிக்கிட்டு சொய்ய்ய்ய்ங்குன்னு நீலாவோட நடு வயிறு வரைக்கும் போனான். நல்லா ஜிலுன்னும் மெத் மெத்துன்னும் இருந்திச்சி நீலாவோட ஒடம்பு. நல்லா படுத்து பெரளலாம்ன்ற அளவுக்கு விரிஞ்ச ஒடம்பு. அதேபோல நீலா ஒவ்வொரு பசங்களையா இழுத்து இழுத்துத் தன் மேல போட்டுக்கிச்சி.

கடைசியா டிவிங்கி நின்னுகிட்டு இருந்தா. அவளையும் இழுத்து தன்னோட தலைமேல போட்டுகிச்சி. இமயா நீலாவோட தலையில் சிம்மாசனம் போல ஒக்காந்துகிட்டா.

பசங்களா நாம் இப்போ மொதல்ல தண்ணிக்குள்ள இருக்கும் பவள மலைக்குப் போகப்போறோம். போற வழியில எல்லாரும் வேடிக்கை பாத்துட்டே வாங்க. நான் வேகமா போவேன், பயப்படாதீங்க, எஞ்சாய் பண்ணுங்கன்னு சொல்லிச்சி.

நீலா, சீட் பெல்ட் போட வேணாமான்னு கேட்டா இமயா!

நானே சீட்டு, நானே பெல்ட்டு, டோண்ட் ஓர்ரின்னு சொல்லிட்டு, விஸ்குன்னு யூ டர்ன் அடிச்சி விர்ருன்னு தண்ணிய கிழிச்சிக்கிட்டுப் போக ஆரம்பிச்சிது நீலா.

பசங்க எல்லாரும் ஹேஏஏஏஏஏன்னு கத்த ஆரம்பிச்சாங்க.

26

ஆழி பறக்கும் ரயிலை செங்கல்பட்டுக்குக் கிட்ட இருக்குற காட்டுல மையமா நிறுத்தினான். எல்லா சிறுத்தைங்களையும் கீழ எறங்கச் சொன்னான். இப்ப நைட் ஆயிடிச்சி. எல்லாரும் தூங்கிட்டு இருப்பாங்க. உங்களுக்கு நல்லா தெரியும் இல்லையா? உங்க ஃபிரண்டு இங்க எங்க எல்லாம் சுத்திட்டு இருப்பான்? சாப்புட எங்க வருவான்? தண்ணி குடிக்க எங்க வருவான்னு? அந்த இடத்திலெல்லாம் வேகமா போய்த் தேடிப்பாருங்க. கண்ல பட்டா இங்க கூட்டிக்கிட்டு வந்துடுங்க. ரொம்ப நேரம் தேடக்கூடாது. ரொம்ப நேரம் ஆச்சின்னா, நான் பறக்கும் ரயிலை மேல ஏத்தி மூணு தடவை லைட் ஆஃப் பண்ணி பண்ணி ஆன் பண்ணுவேன். உடனே அந்தச் சிறுத்தை கிடைக்கலன்னாலும் எல்லாரும் இங்க வந்துடணும்னு சொன்னான்.

சரின்னு சொல்லிட்டு எல்லா சிறுத்தையும் வேற வேற திசைல காட்டுக்குள்ள பூந்து ஓடிடிச்சிங்க. ஆழி ரயிலோட லைட்டை ஆஃப் பண்ணிட்டு ரயிலோட கூரையில ஏறி ஒக்காந்தான். கொஞ்ச நேரம் கழிச்சி, மொபைலை வீட்டுக்கு போன் பண்ணான்.

அம்மா நான் ஒரு முக்கிய வேலையா இருக்கேன். இன்னும் ரெண்டு நாள்ள வந்துடுவேன், பயப்படாதீங்கன்னு சொன்னான்.

வானத்தையே பாத்துட்டு இருந்தேண்டா ஆழி, கொஞ்ச நேரத்துக்கு முன்னாடி, உன்னோட ரயிலைப் பாத்தேன். நீ லைட்டை ஆஃப் பண்ணிட்டு ஓட்டினாலும், நான் கண்டுபுடிச்சிட்டேன், நீ நைட்டே வீட்டுக்கு வந்துடுவன்ன நினைச்சேன்னாங்க ஆழியோட அம்மா.

இல்லம்மா, நான் திரும்ப காட்டுக்குப் போகணும். ஒரு முக்கியமான வேலை. ரெண்டு நாளில் வந்துடறேன், கவலைப்படாம தூங்குங்கன்னு சொல்லிட்டு போனை கட் பண்ணான்.

பக்கத்துல இருக்கறதுலயே பெருசா இருக்கற மரத்து மேல ஏறி சுத்தும் முத்தும் பார்த்தான். அங்கங்க சிறுத்தைங்க தேடிட்டுப் போயிட்டு இருக்குறது தெரிஞ்சிது. திரும்பக் கீழ எறங்கிட்டான்.

சிறுத்தைங்க வெவ்வேற வழியா போய்த் தேடியும் அந்தச் சிறுத்தைய கண்டுபிடிக்க முடியலை. எல்லா சிறுத்தைங்களும் சோர்வா திரும்ப ஆழி ரயிலை நிறுத்தி வச்சிருந்த எடத்துக்கே வந்துடுத்துங்க. கண்டுபிடிக்க முடியலைன்னு சோகமா சொல்லிச்சிங்க.

எல்லா சிறுத்தைங்களையும் ரயிலில் ஏறச்சொல்லிட்டு ஒரு சிறுத்தையை மட்டும் கீழ இருக்கச் சொன்னான்.

நானும் இந்தச் சிறுத்தையும் போய் தேடிப் பார்த்துட்டு வரோம். அதுவரைக்கும் நீங்க எல்லாரும் சத்தம் காட்டாம ரயிலுக்குள்ள படுத்து இருங்க. சத்தம் காட்டினீங்கன்னா, மனுஷங்க சுட்டுப்போட்டுடுவாங்கன்னு சொன்னான்.

அந்தச் சிறுத்தை மேல ஏறி ஒக்காந்துகிட்டு, எதாவது ஒரு பக்கம் போ. மொத்த காட்டையும் சல்லடை போட்டு சலிச்சிடலாம்னு சொன்னான்.

சிறுத்தை வேகமா ஓட ஆரம்பிச்சிது. அதோட காதைப் பிடிச்சித் திருகி, இங்க எங்க ரன்னிங்க் ரேஸா போற? நாம் சிறுத்தையைத் தேட வந்திருக்கோம். அதனால கொஞ்சம் பொறுமையா போன்னு சொன்னான். ஜாக்கிங்க் போற

வேகத்துல சிறுத்தை ஓட ஆரம்பிச்சிது. ஊட்டி பக்கத்துல இருந்த காட்டைப்போல இல்லாம காடு வறட்சியா இருந்திச்சி. வழியில நிறைய பாட்டில் ஒடைஞ்சி கெடந்திச்சி. பாலிதீன் பேப்பர் நிறைய கிடந்துச்சி. அங்கங்க எக்கச்செக்கமா குப்பை வேற கொட்டி இருந்திச்சி.

இது காடே கிடையாது. இங்க ஏன் உன் கூட்டாளி வந்து தங்கிட்டு சிரமப்படறான்னு ஆழி கேட்டான்.

ஆமாமா, நாத்தமா நாறுது இந்தக் காடு. என்னால் ஒரு நைட் கூட இங்க இருக்க முடியாது, செத்துடுவேன். என் கூட்டாளி வழி தெரியாம வேற வழியில்லாம இங்க வந்து மாட்டிக்கிட்டு அவஸ்தை பட்டுக்கிட்டு இருக்கான் போலன்னு சிறுத்தை சொல்லிச்சி.

இதைப் போல காட்டை வீணாக்கக்கூடாதுன்னு சின்னப்பசங்களுக்குச் சொல்லிக் கொடுக்கணும்னு ஆழி மனசுல நினைச்சிக்கிட்டான்.

ரெண்டு திசையில தேடியும் சிறுத்தை கிடைக்கலை. சோர்வா ஒரு இடத்துல நின்னுட்டு இருந்த போது, உன் கூட்டாளிக்கு இங்க இரை கிடைப்பது கஷ்டம். தண்ணியும் கஷ்டம். இது ரெண்டும் இல்லாம ரொம்ப சோர்வாத்தானே இருப்பான்னு ஆழி கேட்டான்.

ஆமான்னு சொல்லிச்சி சிறுத்தை.

அதுவுமில்லாம, மனுஷங்க இவனைத் தேடிட்டே இருக்காங்க. அவங்களைப் பாத்து பயந்திருப்பான் இல்லையான்னு ஆழி கேட்டான். ஆமான்னிச்சி சிறுத்தை.

சரி நாம இப்பிடி பொதுவா தேடாம எங்கெங்க மறைவா புதர் இருக்கோ, எங்கெங்க மறைஞ்சிக்க இடம் இருக்கோ அங்க போய் தேடலாம்னு சொன்னான் ஆழி.

ஏழெட்டுப் புதர்ல தேடித் தேடி களைப்பாயி நடந்து போயிட்டு இருந்தப்ப அடர்த்தியா ஒரு பெரிய புதர் தெரிஞ்சிது. சிறுத்தையை இங்கயே இருன்னுட்டு ஆழி மட்டும் எறங்கிப்

போய் அந்தப் புதருக்குள் செடி கொடிகளை விலக்கிட்டு எட்டிப் பார்த்தான். சோர்வா அந்தச் சிறுத்தை வாலை மட்டும் ஆட்டிக்கிட்டு, கண்ணுல கோவத்தோட படுத்து இருந்திச்சி. ஆழியைப் பாத்ததும் டக்குன்னு எழுந்து நின்னு விஸ்குன்னு ஆழி மேல பாய்ஞ்சிது.

27

நீலா வேகமா தண்ணியக் கிழிச்சிக்கிட்டு போறது முதல்ல பயமா இருந்தாலும், பசங்க பழகிட்டு ஜாலியாயிட்டாங்க. ஸ்பீடா போறது ஒரு பக்கம் த்ரில்லா இருந்தாலும், நீலா வளைஞ்சி நெளிஞ்சி வேகமா போறது பயங்கர வேடிக்கையா இருந்திச்சி. அது வேகமா வளையும்போது பசங்க பொத்து பொத்துன்னு சாய்ஞ்சி விழுந்தாங்க. நீலா பெருசா இருக்கறதால யாரும் நீலாவை விட்டுக் கீழ விழல.

போற வழியில் ஒரு சின்னக் கிராமம் போல ஒரு ஊர் வந்திச்சி. தண்ணிக்குள்ளயே வரிசையா வீடுங்க கட்டி சிலபேர் வாழ்ந்துட்டு இருந்தாங்க. அந்த வீட்டுக்கு எதுக்கும் கூரையே கிடையாது. நீலா அந்த ஊர்ல போய் மொதல்ல நின்னிச்சி. தன்னோட உடம்பை சறுக்கு மரம் போல மாத்தி, மூச்சை இழுத்து வயிற்றை உப்பி, புஸ்க்குன்னு வெளியே விட்டிச்சி. எல்லா பசங்களும் ஸ்லைடுல சறுக்குற மாதிரி சறுக்கிக் கீழே வந்து விழுந்தாங்க.

இங்க நல்லா சமைச்சிப் போடுவாங்க, போய் சாப்புடுங்கன்னு நீலா சொல்லிச்சி.

எல்லா பசங்களும் அந்த ஊருக்குள்ள போனாங்க.

அந்த ஊர்த்தலைவி எல்லா பசங்களையும் பாசமா கூட்டிக்கிட்டு போய் ஒரு பெரிய தண்ணி மெத்தையில ஒக்கார வச்சாங்க.

எல்லாருக்கும் சுவையான எங்க ஊர் சாப்பாடு போடப்போறோம்னு சிரிச்சிக்கிட்டே சொன்னாங்க.

இங்க ஏன் எந்த வீட்டுக்கும் கூரை இல்லைன்னு கேட்டா இமயா.

இங்க வெயிலும் கிடையாது, மழையும் கிடையாது, திருட்டும் கிடையாது. அதனால் கூரை கிடையாது, பூட்டும் கிடையாது. ஒரு அடையாளத்துக்காக வீட்டுக்குச் சுவர் மட்டும் இருக்கும், அதுவும் தண்ணி செவுருதான்னு சொன்னாங்க.

எப்பிடி தண்ணியிலயே செவுருன்னு கேட்டான் ஆற்றல்.

அது ஒண்ணும் பெரிய விஷயம் இல்லை. இங்க தண்ணியை வேற வேற அடர்த்தியில் மாத்தி உபயோகப்படுத்துவோம். தண்ணி மெத்தை கூட இப்படித்தான்னு சொன்னாங்க ஊர்த்தலைவி.

சாப்பாட்டுக்குக் காய்கறி, பழம், அரிசி இதெல்லாம் எங்க கிடைக்கும்னு கேட்டா இமயா.

இங்க அரிசிச் சோறு அவ்வளவா சாப்பிட மாட்டோம். எல்லா உணவும் நார்ச்சத்து இருக்கும் உணவுங்கதான். உங்க உலகத்துல இருக்குற அதே காய்கறியும் பழங்களும் கூட கிடைக்கும், அது இல்லாம புதுப்புது பழங்கள், காய்கறிகள் தினுசு தினுசா கிடைக்கும்னு சொன்னாங்க.

எங்கன்னு கேட்டா இமயா.

மொதல்ல எல்லாரும் சாப்பிடுங்க, கூட்டிட்டுப் போய் காட்டறேன்னு சொன்னாங்க ஊர்த்தலைவி.

பசங்க எல்லாருக்கும் தண்ணியாலயே செஞ்ச தட்டு வச்சி சாப்பாடு போட்டாங்க அந்த ஊர்க்காரங்க. தண்ணியாலயே செஞ்ச டம்ளரில் தண்ணியை ஊத்திக் குடிக்கிறதுக்கு படு வேடிக்கையா இருந்திச்சி.

சாப்பாடு வகை வகையா சுவை சுவையா இருந்திச்சி. தூக்கம் வர்ர அளவுக்குப் பசங்க சாப்பிட்டு முடிச்சாங்க.

வாங்க தோட்டத்தைப் பாக்க போகலாம்னு ஊர்த்தலைவி கூப்டுகிட்டு போனாங்க. போற வழியில தண்ணி உலகத்துல அடுப்பு எரிஞ்சிகிட்டு இருந்திச்சி. தண்ணியால செஞ்ச பாத்திரத்தை வச்சி சமைச்சிக்கிட்டு இருந்தாங்க.

உங்களுக்காகத்தான் இன்னிக்கி அடுப்புச் சமையல். நாங்கள்ளாம், பச்சை காய்கறி பழங்களை ரொம்ப ரொம்ப ஃபிரஷா சாப்பிடுவோம்னு சொன்னாங்க. அதான் அடுப்புச் சமையலை விட உடம்புக்கு ரொம்ப நல்லதுன்னும் சொன்னாங்க.

இதான் தோட்டம்னு பரந்து விரிஞ்ச ஒரு சமவெளியைக் காட்டினாங்க. அங்க ஒண்ணுமே இல்லை. ஒரு செடி கொடி கூட இல்லை.

இங்க ஒண்ணுமே இல்லையே, இதை ஏன் தோட்டம்னு சொல்றீங்க? இங்கேர்ந்து என்னத்தை பறிச்சி சாப்பிடுவீங்க? எப்படி எங்களுக்குச் சமைச்சீங்கன்னு கேட்டா இமயா.

ரொம்ப ரொம்ப ஃபிரஷான்னு சொன்னேன் இல்லையா? அதான் இதுன்னு சொல்லிட்டு சிரிச்சாங்க ஊர்த்தலைவி. மெதுவா நடந்து போய் பக்கத்துல இருக்குற தண்ணியாலயே செஞ்சிருந்த ஒரு பெரிய டப்பாவை பிரிச்சி அதுல இருந்து சில விதைங்களை எடுத்தாங்க. அந்த விதைங்களைக் கொண்டு போய் தோட்டத்துல பக்கத்து பக்கத்துல தூவினாங்க. உடனே ஒரு சின்ன செடியோட தலை தெரிஞ்சிச்சி. அது மள மளன்னு பெருசா வளர ஆரம்பிச்சிது. அந்த இலையோட வாசனை மூக்கு கிட்ட வந்து வருடிச்சி பாத்துட்டே இருக்கும் போதே இன்னும் பெருசா வளந்து பூ பூத்து, காய் காய்ச்சி, பழமா ஆயிடிச்சி. அந்தப் பழம் வெள்ளை வெளேர்னு இருந்திச்சி. பாக்கறதுக்கு சூரியன் போல கதிர்களோட இருந்திச்சி.

பக்கத்து மரத்துல அதே போல பிங்க் கலர்ல சைக்கிள் சக்கரம் போல வட்ட வளையமா பெரிய பெரிய பழம் பழுத்து தொங்கிச்சி.

பசங்களைப் போய் பறிச்சி சாப்பிடச் சொன்னாங்க, ஊர்த்தலைவி.

வெள்ளைப்பழம் நல்லா ஜில்லுனு ஐஸ்கிரீம் பழம் போல தித்திப்பா இருந்திச்சி. பிங்க் வளையப் பழம் உள்ள முழுக்க செமையான சுவைல ஜூஸ் போல தண்ணி ரொம்பி இருந்திச்சி. ஒரு ஓட்டை போட்டு பத்துப் பேரு கூட குடிக்கலாம். அவ்ளோ ஜூஸ் இருந்திச்சி. எல்லாரும் சாப்ட்டு முடிச்சதும், அதுல இருந்து மீந்து கீழ விழுந்து கிடந்த விதைங்களை மட்டும் பொறுக்கிக்கிட்டாங்க ஊர்த்தலைவி. இதை வச்சிதான் அடுத்த தடவை பழுக்க வைக்கணும்னு சொன்னாங்க. எங்க வேலை இந்தத் தோட்டம் கெட்டுப்போகாம பாத்துக்குறது மட்டும்தான். இந்தத் தோட்டத்தை நாங்க பாத்துக்கிட்டோம்னா இந்தத் தோட்டம் எங்களைப் பாத்துக்கும்னு சொன்னாங்க.

அந்த நேரத்துல நீலா வந்து, நேரமாச்சின்னு சொல்லி, எல்லாரையும் திரும்ப அதேபோல இழுத்து இழுத்து ஏத்திக்கிச்சி. எல்லா பசங்களும் ஊர்த்தலைவிக்கு நன்றி சொல்லிட்டு நீலா மேல ஒக்காந்துகிட்டு வளைஞ்சி நெளிஞ்சி போக ஆரம்பிச்சாங்க.

28

சிறுத்தை ஆழியைப் பாத்துப் பாயும்னு ஆழி எதிர்பாத்துதான் இருந்தான். அதனால் லாகவமா கொஞ்சம் கீழ குனிஞ்சி சிறுத்தை கிட்டயே டக்குன்னு போயி அதோட அடிவயிற்றைக் கையாலயும் காலாலயும் கெட்டியா பிடிச்சிக்கிட்டான். சிறுத்தையோட அடிவயித்தில் தொங்கிட்டு இருந்தான். சிறுத்தை ஆழியைக் கடிக்க அதோட வாயைத் தன்னோட வயித்துக்குக் கீழ கீழ எடுத்துட்டு போய் கடிக்க பாத்துச்சி. முடியாததால டென்ஷன் ஆயி சங்கு சக்கரம் போல சுத்த ஆரம்பிச்சிது. இன்னொரு சிறுத்தை கத்தினதும்தான் நிதானத்துக்கு வந்திச்சி. கூட வந்த இன்னொரு சிறுத்தை உன்னைத் தேடித்தான் வந்திருக்கோம், ஆழி கூட போனா காட்டுல கொண்டு போய் விட்டுடுவான்னு சொல்லிச்சி. கொலைப்பசியில் இருந்த சிறுத்தைக்கு இன்னொரு சிறுத்தை சொல்றது மண்டைல உறைக்கறதுக்கே நேரமாச்சி.

ஆழி சிரிச்சிக்கிட்டே எறங்கி, அந்தச் சிறுத்தையைத் தட்டி குடுத்தான். கவலைப்படாதே, இன்னும் கொஞ்சம் தூரம் போனதும், பறக்கும் ரயில் இருக்கு, அதுல ஏறி காட்டுக்குப் போயிடலாம். அதுவரைக்கும் எது நடந்தாலும் பயப்படாதே, நான் பாத்துக்கறேன்னு சொல்லிட்டு இருக்கும்போதே பெரும் இரைச்சலோடு ஒரு கும்பல் கைல லைட்டுங்கள வச்சிக்கிட்டு

வேல் கம்பு தடிங்களோட வந்துகிட்டு இருந்திச்சி.

டேய் ஒரு சிறுத்தை இல்லைடா! ரெண்டு சிறுத்தைங்க, உடாதீங்க, அடிச்சிச் கொல்லுங்கடான்னு கத்த ஆரம்பிச்சிச்சி அந்தக் கும்பல். ஒரு கொழந்தைய வேற சிறுத்தைங்க தூக்கிட்டு வந்துடுத்துடா சுட்டுத்தள்ளுங்கடான்னு கத்திகிட்டே ஓடியாந்தாங்க.

பசியில் இருந்த சிறுத்தை டென்ஷனாயி பயந்து போயி பாய்ஞ்சி ஓட ஆரம்பிச்சிது. கூட வந்திருந்த சிறுத்தையும் அதைக் காப்பாத்தணுமேன்னு அதும்பின்னால் ஓட ஆரம்பிச்சிது.

ஆளுங்களும் பின்னால் ஓட ஆரம்பிச்சாங்க. ஆழி கத்தினான். ஓடாதீங்க, நில்லுங்க, நான் சொல்றதைக் கேளுங்கன்னு கத்தினான். யாரும் கேக்காததால், சரக்குன்னு பறந்து பெரிய மரத்து மேல ஏறி ஒக்காந்துகிட்டு லைட் அடிச்சான். எல்லாரும் யார்ரா இதுன்னு பாத்தாங்க.

ஆழி எல்லார்கிட்டயும் எல்லா கதையையும் சொல்லி, நீங்கதான் காரியத்தைக் கெடுத்துட்டீங்க. இப்பவே விடியப்போகுது. இனிமே நான் அதுங்களை எங்க போய் கண்டுபிடிக்கப்போறேனோன்னு அலுத்துக்கிட்டு, சரி நீங்க போய்த் தூங்குங்க, நான் பாத்துக்கறேன்னு சொல்லிட்டு கிளம்பினான்.

பறக்கும் ரயில் கிட்ட வந்து ஏறி அதைப் பறக்க வச்சித் திரும்பவும் லைட் அடிச்சி அடிச்சிப் பாத்தான். சிறுத்தைங்களைக் காணோம். அதுங்க இங்க வருதான்னு கொஞ்ச நேரம் வானத்திலேயே ரயிலை நிறுத்தி வச்சிருந்தான். அதுங்க வரவேயில்லை. ரயில்ல இருந்த மத்த சிறுத்தைங்களும் சோகமாயிடிச்சிங்க. லேசா விடிய ஆரம்பிச்சிது. அதுங்க இனிமே இந்தக் காட்டுப்பக்கம் வராதுங்க. ஆளுங்கலை கைல ஆயுதங்களோட பாத்துடிச்சிங்க. இனிமே எதிர்த் திசைல சிட்டி பக்கம்தான் போகும், நாம்பளும் நகரத்துக்குப் போகலாம்னு ஆழி சொன்னான்.

ரயிலை மொதல்ல கொண்டுபோய் திரும்பவும் வண்டலூர்

ஜூவுல நிறுத்தினான். நைட் எறக்கிவிட்டுட்டு வந்த எல்லா மிருகங்களையும் ஏத்திக்கிட்டான். எல்லா மிருகங்களும் மத்த மிருகங்களைக் கட்டிப்பிடிச்சி ஆறுதல் சொல்லிட்டு அழுதுகிட்டே ரயில்ல ஏறி டாட்டா காட்டிச்சிங்க.

ஆழி ரயிலைக் கிளப்பி மேல பறக்க விட்டு சிட்டியைச் சுத்திச் சுத்தி வந்தான். சிட்டி பக்கம் பெருசா ஏதும் பிரச்சனை இருக்குற மாதிரி தெரியலை. ரயிலை பீச் ரோடுக்கு மேல ஓட்டினான். பைனா குலர் வச்சி பாத்தான். கிழக்கு கடற்கரை சாலையில நிறைய பேர் அலறி அடிச்சிக்கிட்டு ஓடுற மாதிரி தெரிஞ்சிது. ரயிலோட எஞ்சின் பொட்டியை மட்டும் கீழ லேசா எறக்கி, ஆனா தரையில எறக்காம அந்தரத்துலயே இருந்தபடி, ஒருத்தரைக் கூப்பிட்டு என்னான்னு கேட்டான்.

சவுக்குக் காட்டுக்குள்ளாற ரெண்டு சிறுத்தைங்க ஓடிட்டு இருக்குங்க. வழியில போறவங்களையெல்லாம் கடிச்சி கொதறுதுங்கன்னு சொன்னார்.

விர்ருன்னு ரயிலைக் கெளப்பி மேல போயி சவுக்குக் காட்டுக்கு கிட்ட ஓட்டினான்.

கீழ இருந்த ஆளு, என்னாடா இது இன்னிக்கி ஒரே மர்மமா நடக்குது? சிட்டிக்குள்ள சிறுத்தை, வானத்துல ரயிலு? மர்மம்னா மர்மம் படா மர்மம்டான்னு மொனகியபடி ஹாரன் அடிச்ச கார்காரரைத் திட்டினார்.

ஆழி சவுக்குக் காட்டுக்கு விரட்டிட்டுப் போய் பாக்கறதுக்குள்ள ரெண்டு சிறுத்தையும் மாயாஜாலைத் தாண்டி சந்து பொந்துக்குள்ளப் புகுந்து திருவான்மியூரை நோக்கி ஓடிட்டு இருந்துச்சிங்க. காலங்காத்தால என்பதால் பலருக்கும் கனவா நினைவான்னு தெரியாமா சிறுத்தைங்க ரெண்டையும் பாத்து அலறி அடிச்சி ஓடினாங்க. செல பேரு மயக்கம் போட்டு வுழுந்தாங்க. சிலர் காரை செவுத்துல கொண்டு போய் மோதினாங்க. வெட்டி வீரம் காட்டிக் கழியை எடுத்துக்கிட்டு தொரத்தின சில பேரை அங்கயும் இங்கயும் பாய்ஞ்சி கடிச்சி

வச்சி மயக்கம் போட்டு விழ வச்சிட்டு ஓடிட்டே இருந்திச்சிங்க சிறுத்தைங்க.

அதுக்குள்ள வனத்துறைக்கும், தீயணைப்புத்துறைக்கும் தகவல் போய் அவங்க துப்பாக்கிகளோட சிட்டிக்குள்ள வந்துட்டு இருந்தாங்க. பெரும் போலீஸ் படையே சிறுத்தைங்களை நோக்கி வந்துட்டு இருந்திச்சிங்க.

எத்தனையோ கொள்ளைக்காரனைப் பிடிச்சி இருக்கேன். சிறுத்தை பிடிக்கப் போறது இதுதான் மொத தடவை. என்ன ஆகுமோன்னு தொடை நடுங்கிக்கிட்டே, சில போலீஸ்காரர்கள் பம்மி பம்மி வந்துட்டு இருந்தாங்க.

சென்னை சிட்டியைக் கலக்கும் இரண்டு புலிகள்னு எஃப் எம் ரேடியோ அலற ஆரம்பிச்சிது. டிவியில எல்லாம் இதயே செய்தியா சொல்லிட்டு இருந்தாங்க.

மின்னல் வேகத்துல திருவான்மியூர்ல வாக்கிங் போயிட்டு இருந்தவங்களுக்கு மரண பயத்தைக் காட்டிட்டு, திடும்னு பெசண்ட் நகர் பீச்சுக்குப் போயிடிச்சிங்க சிறுத்தைங்க. இனிமே வாக்கிங்கே வரமாட்டேன்னு சபதம் எடுத்துக்கிட்டு துண்டை காணோம் துணியைக் காணோம்னு திருவான்மியூர்ல எல்லாரும் வூட்டுக்குள்ள போய் பூந்துகிட்டாங்க.

சில பசங்க, ஏம்பா இப்பிடி பயந்து போய் ஓடியாந்துட்டன்னு கேட்டதுக்கு, சிறுத்தைங்க 2 வந்துடிச்சிங்கடா செல்லம், அதான் ஓடியாந்துட்டேன்னு சொன்னாங்க.

ஏம்ப்பா அதுங்க கூட நின்னு செல்போன்ல போட்டோ எடுத்துட்டு வந்தியாப்பான்னு பசங்க கேட்க,

டேய் அது சிறுத்தைடா! அதுகூட எப்படிடா போட்டோ எடுக்க முடியும்னு அப்பாக்கள் பதில் சொல்ல,

நீதான் உன்னை சிங்கம்னு சொல்லுவியேப்பா, சிங்கம் சிறுத்தை கூட நின்னு போட்டோ எடுக்கலாமேன்னு போட்டுத்தாக்கன்னு

ஒரே களேபரமா இருந்திச்சி.

பெசண்ட் நகர் பீச்ல சிறுத்தைங்க பூந்ததும், பலரும் கடல்ல பாஞ்சிட்டாங்க. அதுங்க அங்கேர்ந்து மெரினா பீச்சை நோக்கி ஓட ஆரம்பிச்சிதுங்க.

29

தண்ணிக்குள்ள ஓடிட்டு இருந்த நீலா திடீர்னு அடி ஆழத்துக்கு போக ஆரம்பிச்சிது. ஆழத்துக்குப் போக போக இருட்டா ஆக ஆரம்பிச்சிது. ஒரு கட்டத்துல சுத்தமா ஒண்ணுமே தெரியாம போயிடிச்சி. பசங்கள்ளாம் திடுக்குன்னு பயந்துட்டாங்க. இவ்ளோ நேரம் அப்பா அம்மா, அண்ணன் தங்கச்சி, ஃபிரண்டு டீச்சர்னு யார் நெனப்பும் வராம ஜாலியா இருந்துட்டு இருந்த பசங்களுக்கு அப்பா அம்மா நியாபகம் வந்து அழ ஆரம்பிச்சாங்க.

இமயாதான் அப்ப சொன்னா, யாரும் அழாதிங்க. ஆழி நம்மளைக் கண்டிப்பா பிரச்சனையில மாட்டி விட்ற ஆளு இல்லை. சித்தருக்கும் நம்மளை பிரச்சனையில மாட்டிவிட்டு ஆகப்போறது எதுவும் இல்லை. நீலா நம்ம மேல பாசமாத்தான் இருக்கு. நீலா தப்பானா ஆளுன்னா, ஊர்த்தலைவி நம்மளை எச்சரிச்சி இருப்பாங்க. அவ்ளோ ஏன்? இப்பகூட பயமா இருந்தா ஏதாச்சும் கெட்டது நினைங்க, இல்லைன்னா யாரைப் பாத்தாவது பொறாமைப்படுங்க, டக்குன்னு மேல போயிடலாம். இவ்ளோ சொர்க்கத்தை பாத்த நாம இன்னும் கொஞ்சம் நேரம் அமைதியா இருந்தா இதைவிட பெரிய சொர்க்கத்தைப் பாக்கலாம்னு நினைக்கிறேன்னு சொன்னா.

அப்பதான் ரெண்டு நாளா பசங்க யாரும் கெட்டதே நினைக்கலை, பொறாமையே படலைன்னே பசங்களுக்குத்

தெரிஞ்சிது. எல்லாரும் இப்டி யோசிச்சிட்டு இருக்கும்போதே, திடீர்னு கண்ணைக் கூசற அளவுக்கு வெளிச்சமா ஆயிகிட்டே வந்திச்சி. மொதல்ல ஒண்ணுமே புரியலை. அப்புறமா கண்ணு பழகினதுக்கு அப்புறம் பாத்தாதான் தெரிஞ்சிது, விதவிதமா கலர் கலரா பூச்செடிங்க பூத்துக் குலுங்கிட்டு இருந்திச்சி. ஒவ்வொரு பூவோட நடுவுல இருந்தும் அந்தப் பூவோட கலர்ல லைட் பீய்ச்சி அடிச்சிட்டு இருந்திச்சி. இதுதான் உண்மையான பூலோகம்னு காமடியா சொல்லிச்சி நீலா.

எல்லா பசங்களையும் பூக்களுக்கு நடுவுல ஸ்லைட்ல எறங்கற மாதிரி எறக்கிவிட்டிச்சி நீலா.

இந்தப் பூக்கள் குழந்தைகள் விரும்பி. குழந்தைகளுக்காக என்னா வேணா செய்யும்ங்க இந்தப் பூக்கள். இங்க நீங்க ஜாலியா பூக்களோட வெளையாடிட்டு இருங்கன்னு சொல்லிட்டு விஸ்குன்னு ரவுண்ட் அடிச்சி நெளிஞ்சி மறைஞ்சிச்சி நீலா!

மொதல்ல பசங்களுக்கு என்னா பண்றதுன்னு தெரியலை. ஆற்றல்தான் ஒரு பூக்கிட்ட போயி, உன் மேல ஏறிக்கிட்டுமான்னு கேட்டான். அந்தப் பூ லாகவமா வளைஞ்சி கீழ வந்து ஆற்றலைச் சுத்தி வளைச்சித் தூக்கித் தன்னோட மலர்ந்த தலைக்கு நடுவுல வச்சிக்கிச்சி. சும்மா மெத் மெத்துன்னு கும்முன்னு இருந்திச்சி. மத்த பசங்க எல்லாரும் கைதட்டினாங்க. ஆற்றல் அந்தப் பூ மேலயே குதிக்க ஆரம்பிச்சான். திடீர்னு அந்தப் பூ ஆற்றலைத் தூக்கி எரிஞ்சிச்சி. ஆற்றல் வீஈஈஈல்னு கத்திக்கிட்டே அந்தரத்துல பறந்துட்டு இருந்தான். கொஞ்ச நேரம்தான், இன்னொரு பூ ஆற்றலை லபக்குன்னு புடிச்சித் தன்னோட தலையில வச்சிக்கிட்டு தன்னோட மொட்டுக்களை மூடிக்கிச்சி. ஆற்றல் மறஞ்சி போயிட்டான். பசங்க பாத்துட்டே இருக்கும்போது டக்குன்னு விரிஞ்சி அதுவும் ஆற்றலைத் தூக்கிப் போட்டிச்சி. இந்தத் தடவை ஆற்றல் பயப்படாம சிரிச்சிக்கிட்டே பாய்ஞ்சி அந்தரத்துல போனான். இன்னொரு பூ பாய்ஞ்சி பிடிச்சி, உடனே வேறொரு பூ கிட்ட தூக்கிப் போட்டுச்சி.

மத்த பசங்களும் ஒவ்வொருத்தரா ஒவ்வொரு பூக்கள் கிட்டயும் போய் என்னைத் தூக்கிக்கோன்னதும், டக்குன்னு தூக்கி மேல

போட்டுக்கிட்டு, கொஞ்ச நேரம் வச்சிருந்து தூக்கிப் போட்டு விளையாட ஆரம்பிச்சிதுங்க. ஒரு கட்டத்துல எல்லா பசங்களும் அந்தரத்துல சிரிச்சிக்கிட்டே பறந்துட்டு இருந்தாங்க. வெளிச்சம் விதவிதமான கலர்ல பின்னி எடுத்துச்சி. பசங்க கொஞ்சம் டயர்ட் ஆனதும் எல்லா பூக்களும் ஆட்டத்தை நிறுத்திக்கிட்டு, இப்போ ஜூஸ் டைம்னு சொல்லிச்சிங்க.

தங்களோட மலர்ந்த தலையில் இருக்கும் மொக்கில் இருந்து ஜூஸைப் பீய்ச்சி அடிச்சிச்சிங்க. அதோட சுவை இதுவரைக்கும் டேஸ்ட் பண்ணாத மாதிரி புதுசா இருந்திச்சி. எல்லா பசங்களுக்கும் புத்துணர்ச்சி வந்திச்சி.

இப்ப அடுத்த விளையாட்டு ஆரம்பமாச்சி. பூக்கள் பசங்களை அப்படியே முழுங்கிடுச்சிங்க. பசங்க பூக்களோட தண்டு வழியா உள்ளே போயி அதோட வேர் வழியா வெளியேறி, இன்னொரு பூவோட வேர் வழியா மேல ஏறி, தண்டு வழியா பயணம் பண்ணி திரும்பவும் வேற ஒரு பூவோட தலைப்பாகத்துக்கு வந்தாங்க. திரும்ப இந்தப்பூ தூக்கிப்போட, வேற பூ தாவிப்பிடிச்சி முழுங்கிக் கீழ போயின்னு விளையாட்டு ஜோரா நடந்துகிட்டு இருந்திச்சி.

இருக்கறதுலயே பெருசா ஒரு வயலட் கலர் பூ இருந்திச்சி. அதுல மட்டும் எந்தப் பூவும் பசங்களைத் தூக்கிப்போடலை. அந்தப் பூவும் பசங்களைத் தாவிப் பிடிக்கலை. கடசியா அந்தப் பூவுல ஒரு பையனை ஒரு பூ தூக்கிப் போட்டிச்சி. அந்தப் பெரிய பூ அந்தப் பையனை முழுங்கிடிச்சி. அவன் அதுக்கு அப்புறம் வெளியவே வரலை. எல்லா பசங்களையும் ஒவ்வொருத்தரா அந்தப் பெரிய பூ பூ மேல் தூக்கிப்போட்டிச்சிங்க மத்த பூக்கள். எல்லா பசங்களையும் முழுங்கினதுக்கு அப்புறம் தடியர்களையும் முழிங்கிச்சி இந்த வயலட் பூ.

முழுங்கின எல்லாரும் அந்தப் பூவோட தண்டு வழியா ரொம்ப நேரம் பயணம் பண்ணி கடைசியா அந்தப் பூவோட வேர் வழியா தொப்புன்னு ஒரு இடத்துல வந்து விழுந்தாங்க.

விழுந்த இடம் வானத்துக்கு நடுவுல இருக்கும் இடம்போல இருந்திச்சி. ஆனா இங்கயும் தண்ணிதான். தண்ணீர் உலகம்தான்.

விழுந்த இடத்தை சுத்தியும் தங்கக் கட்டிகள் அடுக்கி வச்சிருந்திச்சி. அந்தத் தங்கக்கட்டிகள் மேல பசங்க மெதுவா கால் வச்சி நடந்து போனாங்க. தடியர்கள் மட்டும் ரெண்டு தங்கக் கட்டியை எடுத்து ஆசையா பாத்தாங்க. இன்னொரு இடத்துல தங்கக் காசுங்க குவிஞ்சி கிடந்திச்சி. அதைத் தாண்டினா வைரம், மரகதம், கோமேதகம்னு பலதரப்பட்ட பொக்கிஷங்கள் குவிஞ்சி கிடந்திச்சு. கொஞ்ச தூரத்துல ஒரு அருவி கொட்ற மாதிரி இருந்திச்சி. இமயாதான் அது கிட்ட போய் பாத்தா. தண்ணி மாதிரி இல்லாம கொஞ்சம் கொழ கொழன்னு ஊத்திட்டு இருந்திச்சி. இன்னும் கிட்ட போய் அதைக் கொஞ்சம் எடுத்து வாயில் வச்சிப்பாத்துட்டு, கத்தினா. டேய் இது ஐஸ்கிரீம் அருவிடா!

அவ்ளோதான், பசங்க எல்லாரும் அந்த ஐஸ்கிரீம் அருவியை நோக்கி ஓடியாந்தாங்க. அவங்க திடு திடுன்னு ஓடுனுதுல தங்க கட்டி, தங்கக் காசு, வைரம் எல்லாம் கலைஞ்சி தெறிச்சிடிச்சிங்க. எல்லா பொக்கிஷங்களையும் தங்களோட கால்களால எட்டி ஒதைச்சிக்கிட்டே ஐஸ்கிரீம் அருவியை நோக்கி ஓடினாங்க பசங்க.

பசங்களைப் பாத்துட்டு, தங்களோட கைகள்ள வச்சிருந்த தங்கக் கட்டியையும் தூக்கி வீசிட்டு பசங்க கிட்ட ஓடினாங்க தடியர்களும்.

ஐஸ்கிரீம் அருவியில நனைஞ்சி குளிச்சிட்டு, அதுக்குக் கீழ இருக்கும் ஐஸ்கிரீம் குளத்துல நல்லா நீந்திட்டு, தேவையான அளவு ஐஸ்கிரீமையும் சாப்பிட்டிட்டு உடம்பு முழுக்க ஐஸ்கிரீமோட வெளிய வந்தாங்க பசங்க.

அப்பதான் சித்தர் வந்தார். அவர் ஒரு இடத்தைக் காட்டி, இங்க ஷவர் இருக்கு. தண்ணிக்குள்ளயே தண்ணி அடிக்கும் ஷவர். போய் எல்லாரும் குளிச்சிட்டு வாங்கன்னாரு. எல்லாரும் குளிச்சிட்டு வந்ததும், துண்டு குடுத்து தலையை நல்லா துவட்டிக்கச் சொன்னாரு. எவ்ளோ வேணா மழையில கூட நனையலாம், ஆனா தலையை உடனே துவட்டிக்கணும்னு சிரிச்சிக்கிட்டே சொன்னார் சித்தர்.

பசங்க தலை ஆட்டினாங்க.

உங்க பயணம் இன்னியோட முடியப் போகுது. இன்னும் கொஞ்ச நேரத்துல ஆழி வந்து உங்களைக் கூட்டிட்டு போயிடுவான். உங்களுக்கு இந்த உலகமும் இங்க நடந்ததும் மறந்து போயிடும், ஆனா இங்க இருந்தபோது வந்த நல்ல குணங்கள் மாறாது. ஜாலியா போயிட்டு வாங்கன்னார்.

சித்தரே, எங்களுக்கு போறதுக்கே மனசில்லைன்னு சொன்னா இமயா!

இமயா இங்க பாத்தது மாய உலகம். நீங்க இருக்குறது நிஜ உலகம். உங்க நிஜ உலகம் இந்த மாய உலகை விட சிறப்பானது. அதைக் கெடுத்து வச்சிருக்காங்க உங்க முன்னோர்கள். நீங்க குழந்தைங்க எல்லாம் மனசு வச்சா இதைவிட சிறப்பா உங்க நிஜ உலகை மாத்திக் காட்டலாம். நீங்க மாத்துவீங்கன்னு நான் நம்பறேன். நீங்க அப்படி மாத்தினதுக்கு அப்புறம் நானே அங்க வந்துடுவேன்னு சொன்னாரு.

அது மட்டுமில்லாம, எல்லாருக்கும் எல்லாமும் கிடைச்சா

பொறாமையே வராது. பேராசை பட்டா ஒண்ணும் பண்ண முடியாது. இப்ப இங்க நீங்க தங்கம் வைரம் போன்ற பொக்கிஷங்களை எப்பிடி ஒதைச்சிட்டு வந்தீங்களோ, அதே போல நிஜ உலகுலயும் செய்ங்க. இதெல்லாம் பொக்கிஷங்களே இல்லை.

காடு, ஆறு, காத்து, மலை, கடல் இதெல்லாம்தான் பொக்கிஷங்கள். இதை நாம வீட்டுக்கு எடுத்துட்டு போய் சொந்தம் கொண்டாட முடியாது. அதுங்களை அசுத்தப்படுத்தாம பாதுகாப்பா வச்சிருந்தா அதுங்க நமக்கு என்னென்னவோ கொடுக்கும், ஜாலியா இருக்கலாம்னு சொன்னாரு.

நிஜ உலகத்துக்குப் போனதும், படிச்சி முடிச்சிதும், அப்பா அம்மா உங்களை சம்பாதிச்சி தங்கம் நகை நட்டு வாங்கத்தான் சொல்வாங்க. நீங்கதான் அவங்களுக்கு எல்லாத்தையும் எடுத்துச் சொல்லி, நான் இயற்கை பொக்கிஷங்களை காப்பாத்தப் போறேன்னு சொல்லணும்னார் சித்தர்.

பசங்கள்ளாம், கண்டிப்பா செய்வோம் சித்தரேன்னாங்க! தடியர்கள் மனசு நொந்து அழுதுட்டு இருந்தாங்க.

நீங்க காட்டை சூறையாடினது போதும். இனிமே இந்தப் பசங்களுக்குப் பக்க பலமா இருக்கணும்னு சொன்னார் சித்தர். சரிங்க சாமின்னு சொன்னாங்க.

சரி நாம் மேல போகலாம்னு சித்தர் சொல்லி ஒரு மந்திரம் சொன்னதும், எல்லா பசங்களும் லிஃப்ட்ல மேல போற மாதிரி மெல்லமா மேல போக ஆரம்பிச்சாங்க.

30

இந்தச் சிறுத்தைங்களை நடுவுல புடிக்க முடியாதுன்னு ஆழிக்குத் தெரிஞ்சி போச்சி. இந்த ரெண்டு சிறுத்தைங்க தனியா மாட்டினா வளைச்சி வச்சி சுட்டுடுவாங்கன்னும் ஆழி யோசிச்சான். இதை அப்படியே மத்த மிருகங்கள் கிட்டயும் சொன்னான். நாம அந்த ரெண்டு சிறுத்தைங்களுக்கு முன்னால மெரீனா பீச்சிக்குப் போயிடுவோம். நான் ரயிலை கீழே இறக்கியதும் நீங்க எல்லாரும் கீழ எறங்கித் தனித்தனி வரிசையா நில்லுங்க. யாரும் உங்களை சுட மாட்டாங்க, தொல்லை குடுக்க மாட்டாங்க. நான் சொல்றதை மட்டும் கேட்டா, நீங்களும், மத்த சிறுத்தைங்களும் பாதுகாப்பா காட்டுக்கு போயிடலாம்னு சொன்னான்.

அதுங்களும் மண்டையை ஆட்டிச்சிங்க.

பறக்கும் ரயில் வேகமா சீறிப்போய் மெரீனா பீச்சில் எறங்கிச்சி. காலையிலேயே வாக்கிங் போயிட்டு இருந்தவங்கெல்லாம் ஆச்சரியமாப் பாத்தாங்க இந்தப் பறக்கும் ரயிலை. அதக்குள்ள இருந்து சிங்கம், புலி, யானை, சிறுத்தை, மான், முயல், கொரங்கு எல்லாம் ஒன்னொண்ணா எறங்குனத பாத்து மிரண்டு போயிட்டாங்க எல்லாரும்.

இன்னொரு பக்கம் போலிஸ், வனத்துறை அதிகாரிங்க ஓடியாந்திட்டு இருக்கும் ரெண்டு சிறுத்தைங்களைச் சுடறதுக்கு

துப்பாக்கியோட தயாரா இருந்தாங்க. அந்த அதிகாரிங்க படை படையா ரயிலில் இருந்து எறங்கியிருக்கும் மிருகங்களைப் பாத்து பயந்துட்டாங்க எல்லாரும். துப்பாக்கியை வரிசையா நின்னுட்டு இருக்கும் மிருகங்கள் பக்கம் திருப்பினாங்க.

ஆழி முன்னால் வந்து ரெண்டு கையையும் மேலயும் கீழயும் ஆட்டிக்காட்டினான். ஆழி குட்டியா இருந்ததால் அவன் என்னா செய்யிறான்னு யாருக்கும் தெரியலை. ஆழி அபேயா யானையை முன்னால வரச்சொல்லிக் கூப்பிட்டான். அதுமேல ஏறி ஒக்காந்துகிட்டான். துப்பாக்கி வச்சிட்டு இருக்கும் ஆளுங்க கிட்ட போகச்சொன்னான். நானும் கூட வரேன்னு புலிங்களும் சிறுத்தைங்களும் முன்னால வந்திச்சிங்க. வேணாம் நான் மட்டும் போயிட்டு வரேன்னு அபேயாவை நடக்கச்சொன்னான்.

அபேயா போலீஸ் ஃபோர்ஸ் கிட்ட போச்சி. ஒரு பொடிப்பய யானை மேல ஒக்காந்துட்டு வர்றதை ஆச்சரியமாப் பாத்தாங்க போலீஸ்.

என் பேரு ஆழி. இந்த மிருகங்க எல்லாம் என்கூட பேசும். காட்டு சிறுத்தை வழி தப்பி இங்க வந்துடிச்சி. அதைப் பிடிக்கத்தான் நாங்க வந்திருக்கோம். பிடிச்சிக்கிட்டு காட்டுக்குப் போயிடுவோம். உங்களை எல்லாம் பாத்தா அதுங்க பயந்துடும். நீங்க எல்லாரும் எடத்தை காலி பண்ணுங்க, மக்களை எல்லாரையும் வெளியேறச் சொல்லுங்க, ஒரு மணி நேரத்துல எல்லாம் முடிஞ்சிடும்னான் ஆழி.

நீயே குட்டிப்பய, உன்னை எப்பிடி நம்பறதுன்னு போலீஸ் அதிகாரி கேட்டாரு!

அவரு தலையிலயே தும்பிக்கையால ஒண்ணு போட்டிச்சி அபேயே! அவரு தொபுக்கட்டீர்னு கீழ விழுந்தாரு. அவரைத் திரும்ப தூக்கி நிக்கவச்சி மொறைச்சிச்சி அபேயா!

ஒண்ணுமில்லை, கோச்சிக்காதீங்க, என்னை குட்டிப்பயன்னு சொன்னதுக்காகக் கோச்சிக்கிறாரு யானை சாருன்னு சொல்லி போலீசைத் தேத்தினான் ஆழி. சார் தோ பாருங்க ரயில் ஓட்டிட்டு வந்திருக்கேன். என் பேச்சைக் கேட்டு அத்தனை

மிருகங்கள் நின்னுட்டு இருக்கு. நான் என்னா சொன்னாலும் கேக்கும் பாக்கறீங்களான்னு கேட்டுத் தன்னோட ரெண்டு கையையும் விரிச்சிக் காட்டி நாலா பக்கமும் ஒடுங்கன்ற மாதிரி சைகை செஞ்சான்.

அவ்ளோதான்...

எல்லா மிருகமும் மெரீனா பீச் முழுக்க அங்கயும் இங்கயும் கத்திக்கிட்டே ஓட ஆரம்பிச்சிதுங்க. அதுவரைக்கும் ஏதோ நடக்கப்போகுதுன்னு கும்பலா நின்னு வேடிக்கை பாத்துக்கிட்டு இருந்த மக்கள் எல்லாம் துண்டைக் காணோம் துணியைக்காணோம்னு ஓட ஆரம்பிச்சாங்க.

நிறுத்தச் சொல்லு நிறுத்தச்சொல்லுன்னு போலீஸ் அதிகாரி கத்தினாரு.

ஆழி, அபேயாவோட காதைப் பிடிச்சித் திருகினான். அபேயா பயங்கர சத்தமா கத்திச்சி. எல்லா மிருகமும் அபேயாவைப் பாத்துச்சிங்க. ஆழி அமைதியா திரும்பிப் போகச்சொல்லி ரெண்டு கையாலயும் சைகை காட்டினான். எல்லா மிருகமும் திரும்பவும் வரிசையில போய் நின்னுகிச்சிங்க.

போலீஸ் அதிகாரி பிரம்மிச்சிப் போயிட்டாரு. ஆழி சார், நீங்க சொல்றதெல்லாம் சரிதான். உங்க கிட்ட பொறுப்பைக் கொடுக்கறேன். ஆனா ஒருத்தருக்கும் ஆபத்து வரக்கூடாது, ஒரு உயிரும் போகக்கூடாதுன்னாரு.

நிச்சயமா நான் பாத்துக்கறேன் சார்னு சொல்லி அவருக்கு சல்யூட் அடிச்சிட்டு, அபேயாவை மிருகங்கள் கிட்ட போகச்சொன்னான். அபேயா கிட்ட போனதும்,

சிறுத்தைங்களை மட்டும் தனியா பிரிச்சி அந்த ரெண்டு சிறுத்தைங்க வரக்கூடிய வழியில நிக்க வச்சான். போலீஸ் கிட்ட மைக் வாங்கி, அபேயா மேல ஒக்காந்துகிட்டு, பொது மக்களை எல்லாம், பீச்சை விட்டும் பீச் ரோட்டை விட்டும் வெளியேறச்சொன்னான். பீச் ரோட்டில் இருந்து மவுண்ட் ரோடு மற்றும் ஊருக்குள் போகும் சாலைகளை போலீஸை விட்டு அடைக்கச் சொன்னான். மவுண்ட் ரோடுக்குள்ள

சிறுத்தை பூந்தா என்னாகும் சார்னு கேட்டு போலீஸ் கமிஷ்னரை கதிகலங்க வச்சான்.

பீச்சே காலியா இருந்திச்சி.

அங்கே இருந்த குப்பத்துல இருந்த வீடுங்க எல்லாத்தையும் கதவை சாத்திக்கச் சொல்லியிருந்தான் ஆழி. அதனால் பீச்சை ஒட்டியிருந்த குப்பமும் காலியா இருந்திச்சி.

வேற எங்கயும் போக வழி இல்லாம ரெண்டு சிறுத்தைங்களும் மெரீனா பீச்சுக்கு வந்திச்சிங்க. ஆள் நடமாட்டமே இல்லாததைப் பாத்து கொஞ்சம் நிதானிச்சிதுங்க.

இங்க இருந்த சிறுத்தைங்களைக் கத்தச்சொன்னான் ஆழி. அதுங்களும் கத்திச்சிங்க. ரெண்டு சிறுத்தைங்களும் சிறுத்தைங்க கத்தின சத்தம் கேட்டு அங்கு வந்திச்சிங்க. அங்கு வந்த ரெண்டு சிறுத்தைங்களையும் ஆழி தடவிக் கொடுத்து, இனிமே பயப்படாதீங்கன்னு சொன்னான். தூரத்துல இருந்து இதையெல்லாம் பல டிவிக்காரங்க விடியோ எடுத்து லைவா ஓடிட்டு இருந்திச்சி. மத்த சிறுத்தைங்க எல்லாம் அந்தச் சிறுத்தை மேல விழுந்து புரண்டு வெளையாடிச்சிங்க.

நேரம் இல்லை, நாம கௌம்பலாம்னு சொன்ன ஆழி எல்லாரையும் ரயிலில் ஏறச் சொன்னான். எல்லாரும் ஏறினதும் ரயிலை பீச் மணலில் ஓட்டி விஸ்குன்னு மேல தூக்கினான். ரயில் பறக்க ஆரம்பிச்சிது. கீழ இருந்த மக்கள், போலீஸ் எல்லாரும் கைதட்டினாங்க.

ரயில் வேகமா காட்டை நோக்கிப் பறந்து போயிட்டு இருந்திச்சி. காடு வந்ததும் ரயிலை ஒவ்வொரு இடமா நிறுத்தி ஒவ்வொரு விதமான மிருகங்களை எறக்கி விட்டான். எல்லா மிருகங்களையும் எறக்கி விட்டுட்டு, எல்லாத்துக்கும் பை பை சொன்னான் ஆழி. திரும்ப எப்ப வருவன்னு கேட்டுச்சுங்க மிருகங்கள்.

சீக்கிரமே வரேன்னு சொல்லிட்டு, சித்தர் குகை நோக்கி ரயிலை விட்டான் ஆழி.

31

இந்தத் தடவை குகைக்கு மேலயே பறந்து போய், ரயிலை நிறுத்தி, சித்தரை மனசில் நினைச்சி, குகையைத் திறக்கச்சொல்லி வேண்டினான் ஆழி. குகை பெருசா தொறந்திச்சி. கீழ பசங்க விருந்து சாப்டுட்டு இருந்தாங்க. பொறாமைப்பட்டு பாதியிலயே மேல ஓடிப்போன மேகனும் அவங்க கூட சாப்டுட்டு இருந்தான். அவன் வேற ஒரு உலகத்தை சுத்திப்பாத்தான்னு சித்தர் சிரிச்சிக்கிட்டே சொன்னார்.

ஆழி ரயிலைக் கீழ எறக்கி நிறுத்திட்டு சாப்பாட்டை ஒரு புடி புடிச்சான்.

எல்லா பசங்களையும் ரயிலில் ஏறச்சொன்னதும், பசங்க சோகமா ஆயிட்டாங்க. சில பசங்க அழுதாங்க.

திரும்பவும் நாம இங்க வரலாம், நானே இங்க உங்களைக் கூட்டிக்கிட்டு வருவேன். நம்மோட நிஜ உலகையும் இதேபோல் ஆக்கிடுவோம், சிரிச்சிக்கிட்டே வாங்கன்னு சொன்னான் ஆழி. எல்லோரும் ரயிலில் ஏறி ஒக்காந்ததும் சித்தர் ஏதோ மந்திரம் சொன்னார். எல்லா பசங்களும் தூங்கிட்டாங்க.

ஆழி ரயிலை ஓட்டிட்டுப்போய் மேல தூக்கினான். குகை விரிஞ்சிது. ரயில் வேகமா பள்ளிக்கூடத்துக்குப் போச்சி.

ரயிலைப் பள்ளிக்கூட மைதானத்துல நிறுத்தினான். அபேயா உட்பட பல யானைங்க நின்னுட்டு இருந்துச்சி. பசங்க எல்லாரையும் தூக்கிட்டுப் போய், உள்ள பத்திரமா படுக்க வைக்கச்சொன்னான் ஆழி. யானைங்க பதமா ஒவ்வொரு குழந்தைகளா தூக்கிட்டு போய் படுக்க வச்சிச்சிங்க.

தடியர்கள் ரெண்டு பேரைக் கூப்பிட்டு, உங்க பேர் இனிமே, வேகன், விவேகன். நீங்கதான் இனிமே பசங்களுக்குப் பாதுகாப்பு. இந்த ஸ்கூலோட செக்யூர்ட்டி ஆஃபீஸர்ஸ்னு சொன்னான்.

ரெண்டு பேரும் ஆழிக்கு சல்யூட் அடிச்சாங்க.

நீங்க ஏதாவது தப்பு பண்ணா அபேயா உங்களை கவனிச்சிக்கும்னு சொன்னான் ஆழி.

அபேயா தலையை ஆட்டி, தும்பிக்கையைத் தூக்கிக் காட்டிச்சி. யெஸ் ஸார் ன்னு சொல்லிட்டு திரும்ப சல்யூட் அடிச்சாங்க வேகனும் விவேகனும்.

நான் கிளம்பறேன். நாளைக்குக் காலைல டீச்சர்ஸ் வந்ததும் அவங்க கிட்ட பசங்களைப் பத்திரமா ஒப்படைச்சிடணும்னு சொல்லிட்டு ரயிலைக் கிளப்பி ஓட்டிக்கிட்டு போனான்.

வாரக்கடைசி முழுக்க அலைச்சலா போச்சி, நாள் ஓடினதே தெரியலைன்னு நினைச்சிக்கிட்டான் ஆழி. திங்கட்கிழமை ஸ்கூலுக்குப் போகணும்னு நினைப்பு வந்ததும்தான் ஹோம் வொர்க் எழுதலைன்றதே ஆழிக்கு நினைப்பு வந்திச்சி. ஆழிக்கு அம்மா நினைப்பும் வந்திடுச்சி. அம்மாவைப் பாத்து மூணு நாள் ஆகுதுன்னு யோசிச்சதும் ஆழிக்கு அழுகை அழுகையா வந்திச்சு. அம்மாவைப் பாக்க ஆழி ரயிலை வேக வேகமா ஓட்ட ஆரம்பிச்சான்.

www.ingramcontent.com/pod-product-compliance
Lightning Source LLC
LaVergne TN
LVHW040815051026
849519LV00007BA/2639
* 9 7 8 9 3 9 0 0 5 3 9 6 4 *